ஆப்ரகாம் லிங்கன்

டாக்டர் மா. இராசமாணிக்கனார்

We Can Books

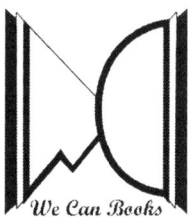

ஆப்ரகாம் லிங்கன்
டாக்டர் மா. இராசமாணிக்கனார்
முதற் பதிப்பு: மே 2025
அட்டை வடிவமைப்பு: தனலட்சுமி விஸ்வநாதன்
வி கேன் புக்ஸ் வெளியீட்டு எண்: 37
(Imprint of WE CAN SHOPPING)
வி கேன் புக்ஸ் (அலுவலகம்)
3A, டாக்டர் ராம் தெரு, நெல்வயல் நகர்,
பெரம்பூர், சென்னை - 600 011.
செல்: 9003267399

வி கேன் புக்ஸ் (Show Room)
Flat No.3 (Ground Floor),
Meenakshi Sundaram Flats
Old Door No.11, New Door No. 33
Sivaji Street, T.Nagar, Chennai - 600 017.
Cell: 9940448599

ISBN: 978-81-968554-3-7

பக்கம்: 64

விலை: ரூ. 80

பொருளடக்கம்

1. 'அடிமைத் தளையினை அகற்றுவேன்!' 5
2. இளமையும் கல்வியும் (கி.பி. 1809-1826) 9
3. அடிமைக் காட்சி (கி.பி. 1827-1832) 14
4. வெளி உலக அனுபவம் (கி.பி. 1832-1842) 20
5. அடிமைத்தனத்தைப் பற்றிய சொற்பொழிவுகள் 30
6. அடிமைத்தனமும் அமைதியின்மையும் (1856-1860) 37
7. ஒப்புயர்வற்ற பதவி (1860-1864) 48
8. லிங்கன் குடியரசுத் தலைவர் 57

1. 'அடிமைத் தளையினை அகற்றுவேன்!'

"**ஆ**! என்ன கொடுமை! மனிதனை மனிதன் விற்பதா! ஆண்டவர் படைப்பில் அனைவரும் சகோதரர் என்பதன்றோ உண்மை! அங்ஙனம் இருப்ப, இவ்வெள்ளையர் நீக்ரோவரை அடிமைப் படுத்துதல் அடாத செயல் அன்றோ! போதாக் குறைக்கு இவர் அவர்களை இவ்வாறு வீதிகளில் கொணர்ந்து நிறுத்தி விலை கூறுதல், அம்மம்மா! கொடுமையினும் கொடுமை அன்றோ! இக்கொடிய செயலை இவ்வமெரிக்க அரசாங்கம் எவ்வாறு ஆதரித்து வருகின்றது? ஆறறிவினைப் படைத்த நம் போன்ற மனிதரை நாம் அடிமைப்படுத்தி விற்பதா! எல்லாம் வல்ல இறைவரே, உமது துணைக்கொண்டு எனது ஆயுட் காலத்துள் இக்கொடிய செயலை – இவ்வடிமைத் தளையை – அடிமை வியாபாரத்தை அடியோடு அகற்றவேன்!" என்று. ஒரு நாள் அமெரிக்காவில் நியூ ஆர்லியன்ஸ் நகரில் அடிமை வியாபாரம் நடை பெற்றதைக் கண்ட இளைஞன் ஒருவன் கண்ணீர் விட்டுக் கதறினான்.

அமெரிக்கா என்பது புதிதாகக் கண்டு பிடிக்கப் பட்ட ஓர் உலகம். அதனைக் கண்டு பிடித்தவர் கொலம்பஸ் என்பவர். அப்புதிய உலகத்தில் ஆங்கிலேயர்கள் முதலிய ஐரோப்பிய நாட்டு மக்கள் குடியேறினார்கள். வட அமெரிக்கா முழுவதும் நாளடைவில் ஆங்கிலேயர் ஆட்சிக்கு உட்பட்டு இருந்தது. ஆனால், பின்னர் அஃது இரண்டாகப் பிரிந்தது. அப்பிரிவுகளுள் வடபாகம் கனடா எனப்படும்; தென் பாகம் ஐக்கிய மாகாணங்கள் (United States) எனப்படும். கனடா ஆங்கிலேயர் அட்சிக்கு உட்பட்டது. ஐக்கிய மாகாணங்கள் சேர்ந்த தென் பிரதேசம், ஆங்கிலேயரோடு

போராடி, முடிவில் சுதந்திரப் பிரதேசமாக மாறிற்று. அதன் சுதந்திரத்திற்காகப் பாடுபட்டவர் ஜார்ஜ் வாஷிங்டன் என்பவர். அவரே அப்பிரதேசத்தின் முதல் குடியரசுத் தலைவராகத் தேர்ந்தெடுக்கப்பட்டவர்.

ஐக்கிய மாகாணப் பிரதேசம் மிகவும் செழிப்பானது. இயற்கையில் அங்குக் கிடைக்கக் கூடிய பொருள்களும், ஐரோப்பிய நாடுகளோடு வர்த்தகம் செய்ய ஏற்பட்டுள்ள வசதிகளும், நிலப் பரப்பின் வளமும், மக்களின் உழைப்பும், இக்குடியரசு செல்வத்திலும் நாகரிகத்திலும் வியாபாரத்திலும் கைத்தொழில்களிலும் சிறந்து விளங்கக் காரணங்கள் ஆகும். இந்நாடு குடியரசைத் தாபித்த நூற்றைம்பது வருடங்களுக்குள் வெகு விரைவாக முன்னேற்றம் அடைந்துவிட்டது. இந்நாடு இப்பொழுது உலகில் உள்ள நாடுகளில் முதன்மை பெற்றதாகவும், கைத்தொழில் வியாபாரம் ஆகியவற்றில் பெயர் பெற்றதாகவும், நிலக்கரியும் இரும்பும் எடுக்கும் உலகில் உள்ள நாடுகளில் முதன்மை பெற்றதாகவும், பிற நாடுகட்குக் கடன் கொடுக்கும் செல்வம் படைத்ததாகவும் இருந்து வருகின்றது. ஆதலால், சாதாரணமாக இப்பொழுது "அமெரிக்கா, அமெரிக்கர்" என்னும் சொற்களை ஐக்கிய நாடுகளையும், அங்குள்ள மக்களையும் குறிக்கவே உலகத்தார் உபயோகிக்கின்றனர்.

அமெரிக்க ஐக்கிய மாகாணங்கள் குடியரசு பெற்றவையாதலின், அவற்றிற்கு அரசன் இல்லை. ஒவ்வொரு மாகாணத்துக்கும் ஒரு கவர்னர் தலைவராக இருக்கிறார். அவருக்குக் கீழ்ச் சட்ட சபை ஒன்று உண்டு. அச்சபைக்கு அம்மாகாண மக்களால் பிரதிநிதிகள் தேர்ந்தெடுத்து அனுப்பப்படுகின்றார்கள். ஒவ்வொரு மாகாணத்து உள்நாட்டு நிருவாகமும் அதனதன் கவர்னரால் நடத்தப்பட்டு

வருகின்றது. ஒவ்வொரு மாகாண அரசாங்கமும், அம்மாகாண ஜனத்தொகைக்கு ஏற்றவாறு தகுந்த பிரதிநிதிகளைக் காங்கிரஸ் மகா சபைக்கு (American Congress) அனுப்புகின்றது. இந்த அங்கத்தினர் தேர்தல் இரண்டு ஆண்டுகட்கு ஒரு முறை நடைபெறுவது. இக்காங்கிரஸ் மகாசபைக்கு மேலாகச் 'செனேட்டு' என்றொரு சபை இருக்கின்றது. அதற்கு மாகாணத்துக்கு இருவர் வீதம், ஆறாண்டுகட்கு ஒரு முறை, அங்கத்தினர் தேர்ந்தெடுக்கப்படுகின்றனர்.

இவ்விரண்டு சபைகளும் அமெரிக்காவின் பொதுவான அரசியல் விஷயங்களைக் கவனித்து வருகின்றன. எத்தகைய சட்டமும் மாறுதலும் இவ்விருசபைகளிலும் ஆமோதிக்கப்படல் வேண்டும். இன்றேல், அவை கவனிக்கப்படமாட்டா. இச்சபைகளால் நடைபெறும் ஐக்கிய மாகாண அரசாங்கத்துக்கு நான்கு ஆண்டுகட்கு ஒரு முறை தலைவர் ஒருவர் தேர்ந்தெடுக்கப்படுகின்றார். அவர் தம் விருப்பம் போல மந்திரி சபையை அமைத்துக்கொள்ளலாம். சங்கடமான சந்தர்ப்பங்களிலும் அவசியமான காலங்களிலும் தலைவர் சட்ட சபைகளைக் கலந்துகொள்ளாமலே சில கட்டளைகளையோ சட்டங்களையோ பிறப்பிக்க உரிமை பெற்றுள்ளார். அமெரிக்காவில் குடியரசு ஏற்படுத்தின ஜார்ஜ் வாஷிங்டனே பொது மக்களால் முதல் குடியரசுத் தலைவராகக் கி.பி. 1789-ஆம் ஆண்டில் தேர்ந்தெடுக்கப்பட்டார். கி.பி. 1793-ஆம் ஆண்டிலும் அவரே இரண்டாம் முறையாகத் தலைவராகத் தேர்ந்தெடுக்கப்பட்டார்.

அங்ஙனம் விளங்குகின்ற ஐக்கிய அரசாட்சியில் ஜார்ஜ் வாஷிங்டன் காலத்தில் சில மாகாணங்களே இருந்தன. அவை யாவும் அமெரிக்காவின் கீழ்க்கரை ஓரமாகவே அமைந்திருந்தன. மேற்குப்பாகம் காடுகள் நிறைந்திருந்தது. அக்காடுகளில் அமெரிக்கப்பூர்வ குடிகளான செவ்விந்தியர்கள் அங்குமிங்குமாக வசித்து வந்தார்கள் குடியேறின வெள்ளையர் அவர்களை நகரங்களினின்றும் காடுகட்குத் துரத்திவிட்டனர்; அதனுடன் அமையாது, அவர்களைக் கொடுமைப்படுத்தவும் தொடங்கினர். பாவம்! அப்பூர்வ குடிகள் பட்ட இன்னல்கள் பல. அவர்களுள் இறந்தவர் பலர்; காயமடைந்தவர் பலர்; பிடிபட்டோர் பலர்; வெள்ளையர் கைகளில் அகப்பட்டோர்

அடிமைகளாக நடத்தப்பட்டனர்; வெள்ளையர் வீடுகளில் இருந்து குற்றேவல் செய்து வந்தனர். அம்மட்டோ! சில வியாபாரிகள், டச்சு - ஆங்கில வியாபாரிகள் மூலமாக ஆப்பிரிக்காவிலிருந்து நீக்ரோவரை விலைக்கு வாங்கி, அமெரிக்காவில் பணக்காரர்க்கு விற்று வந்தார்கள்; நகரப் பொது இடங்களில் அவர்களை நிறுத்தி விலை கூறி விற்றார்கள். இத்தகைய கொடுமையைச் சிலர் வெறுத்தனர். எனினும், அமெரிக்கர் பலர் அதற்கு ஆதரவு அளித்தனர். அதனால், அமெரிக்காவில் அடிமை வியாபாரம் குடியரசு ஏற்பட்டும் நூறாண்டுகள் வரையில் நடைபெற்று வந்தது.

நூறாண்டுகட்குப் பின்னர் அக்கொடிய அடிமை வர்த்தகம் ஒழிந்ததா? ஆம். அஃது அடியோடு ஒழிந்தது.

ஆ! அதனை ஒழித்த வீரன் யாவன்? இவ்வதிகாரத் தொடக்கத்தில் அடிமை வர்த்தகத்தைக் கண்டு வருந்தி, "என் ஆயுட் காலத்துள் இவ்வடிமைத் தளையினை அகற்றுவேன்!" எனக் கூறின வீர இளைஞனே அக்கொடிய அடிமை வர்த்தகத்தை ஒழித்தான்; அடிமை கட்கு முழுச் சுதந்திரத்தையும் அளித்து அவர்களைக் காத்தான். ஆ! அவன் பெயர் யாது? ஆப்ரகாம் லிங்கன் என்பதே அவனது தூய்மையான பெயர். நீங்கள், பின் கூறப்பட்டுள்ள அவனது வரலாற்றிலிருந்து அவன் எவ்வாறு அடிமைத் தளையை அடியோடு அகற்றி, உலகெலாம் தன் பெயரையும் புகழையும் நிலை நிறுத்தினான் என்பதை அறியலாம்.

2. இளமையும் கல்வியும்
(கி.பி. 1809-1826)

அமெரிக்காவின் மேற்குப் பாகத்தில் இருந்த காடுகளைத் திருத்தி விளை நிலங்களாக்கி வந்த வெள்ளையர் பலர். காடுகளில் மரக் குடிசைகளை அமைத்துக் கொண்டு வேட்டையாடி வயிறு வளர்த்து வந்தவர் பலர். பலர் விறகு வெட்டிப் பிழைத்து வந்தனர். அவர்கள் இருந்த காடுகளில் செப்பனிடப்பட்ட பாதைகள் இல்லை; வேறு எத்தகைய வசதியும் இல்லை. மேலும், அவர்கள் உயிர் ஒவ்வொரு நிமிடமும் ஆபத்திலேயே இருந்தது. ஏனெனில், வெள்ளையரால் காட்டுக்கு ஓட்டப்பட்ட பூர்வ குடிகள் வெள்ளையர்மீது சினங் கொண்டு. அவர்களைக் கண்ட கண்ட இடத்தில் தாக்கி வந்தார்கள். அதனால், காட்டில் வாழ்ந்த ஒவ்வொரு வெள்ளையனும் துப்பாக்கி வைத்திருந்தான்.

இங்ஙனம் காட்டில் வசித்து வந்த வெள்ளையருள் தாமஸ் லிங்கன் என்பவர் ஒருவர். அவர் தம் ஆருயிர் மனைவியாரோடு இன்பமாக வசித்து வந்தார். கெண்டகி என்னும் பிரதேசத்தில் இருந்த காட்டில் அவரது சிறிய மரக் குடிசை அமைந்திருந்தது. அஃது ஒரே அறையையுடையது; ஒரே ஜன்னலையுடையது. அந்த ஜன்னல் கோடைக் காலத்தில் திறந்து வைக்கப்பட்டிருந்தது; மழைக் காலத்தில் கரடித்தோலால் மூடப்பட்டிருந்தது. அதனால், மழைக் காலத்தில் அக்குடிசைக்குள் போதுமான வெளிச்சம் வர வசதி இல்லாதிருந்தது.

வசதியற்ற அச்சிறு குடிசையிலேதான் உலகம் இன்றும் புகழ்கின்ற பெருமை வாய்ந்த ஆப்ரகாம் லிங்கன் கி.பி. 1809–ஆம் ஆண்டு, பிப்ரவரி மாதம் பிறந்தார். அவர் குழந்தைப் பருவங் கடந்த ஐந்து வயதுடைய சிறுவரான போது, அவர் தாயார் அவருக்கும் அவருடைய தமக்கைக்கும் கல்வி கற்பிக்கத் தொடங்கினார். அவர்கள் இருந்த இடத்தில் பள்ளிக் கூடம் இல்லாததால், அவ்வம்மையார் தாம் அறிந்த வரையில் தம் பிள்ளைகட்குக் கல்வி புகட்டி வந்தார்; வீரத் தன்மை பொருந்தின கதைகளை அவ்வப்போது கூறி வந்தார்.

ஒரு முறை அவர்கள் இருந்த இடத்துக்கு அருகில் ஓர் உபாத்தியாயர் வந்து பள்ளிக்கூடம் ஒன்றை ஏற்படுத்தினார். அப்போது அங்கிருந்த சில பிள்ளைகள் அவரிடம் கல்வி கற்க விடப்பட்டார்கள். அப்பிள்ளைகள் அனைவரிலும் ஆப்ரகாம் லிங்கனே முதல்வராக விளங்கினார். ஏன் எனில், அவர் தாயார் முன்னரே அவருக்குப் போதிய கல்வி கற்பித்திருந்தார் அல்லவா? எனைய பிள்ளைகளின் தாய்மார் படித்திலர். மேலும், அவர்கள் தங்கள் பிள்ளைகள் கல்வி கற்கவேண்டும் என்னும் ஆர்வம் இல்லாதவர்களாக இருந்தார்கள். உபாத்தியாயர் இரண்டு மாதங்கட்குப் பின்னர் பள்ளிக்கூடத்தை மூடிவிட்டுப் போய்விட்டார். அத்துடன் பிள்ளைகள் படிப்பு நின்றுவிட்டது. சில மாதங்கட்குப் பின்னர் வேறோர் ஆசிரியர் பள்ளிக்கூடம் வைத்தார். அவரும் சில வாரங்களில் சலிப்படைந்து, பள்ளிக்கூடத்தைக் கலைத்துவிட்டுச் சென்றார். இங்ஙனம் ஏற்பட்ட உருப்படாக் கல்வியால் அங்கிருந்த மாணவர் யாதொரு நன்மையும் பெற்றிலர்; ஓர் ஆசிரியரிடம் கற்றவற்றை மற்றோர் ஆசிரியர் வருவதற்குள் மறந்துவிட்டனர். தொடர்ச்சியான

கல்வி இல்லாததால், அம்மாணவர் போதிய கல்வி அறிவைப் பெறவில்லை. எனினும், ஆப்ரகாம் லிங்கன் தம் அன்னையாரின் பேருதவியால் பல நூல்களைக்கற்று நுண்ணறிவினைப் பெற்றார். அவர் இரவில், விளக்கு இன்றி, அடுப்பு வெளிச்சத்தில் படித்து வந்தார்.

தாமஸ் லிங்கன் தாம் இருந்த இடத்தை விட்டுப் புதிய இடத்திற் குடியேற விரும்பினார். அதனால், அவர் தமது குடும்பத்தோடு இண்டியானா (Indiana) என்னும் பிரதேசத்தை அடைந்தார்; நல்ல இடத்தை நாடி, அங்கொரு குடிசை கட்ட முயன்றார். ஆப்ராகாம் லிங்கன் சிறுவராக இருந்தும், அம்முயற்சியில் தம் தந்தையாருக்கு உதவி செய்தார்; மரக் கட்டைகளைச் கோடரியால் பிளந்தார்; குடிசை அமைக்கப் பெரிதும் உதவியாக இருந்தார். அவர் திறந்த வெளியில் கோடரி கொண்டு வேலை செய்வதைப் பெரிதும் விரும்பினார். அவர் சிறுவராக இருந்த போதிலும், உயரமாகவும் கம்பீரமாகவும் காணப்பட்டார். அச்சிறு வயதிலேயே அவர் உத்தமக் குணங்கட்கு இருப்பிடமானவராகக் காணப்பட்டார். அன்னையார் போதனைப்படி அவர் நடந்து வந்ததால், சுற்றுப் புறத்தில் இருந்தோர் அவரைச் சிறந்தவரென மதிக்கத் தொடங்கினர்.

புதிய குடிசை கட்டி முடிந்தது. அனைவரும் களிப்புக் கொண்டனர். எனினும், சிறிது காலத்திற்குள் லிங்கன் தாயார் அக்குடிசையில் நோய்வாய்ப் பட்டார். அதிகம் அறைவதேன்! பாவம்! அவ்வம்மையார் தம்மை உயிரினும் மேலாக நேசித்து வந்த லிங்கனையும் அவர் தமக்கையையும் விட்டுக் கி.பி. 1818 –ஆம் ஆண்டில் காலமானார்.

தம் தாயார் காலமானபோது லிங்கன் ஒன்பது வயது சிறுவராக இருந்தார். அவர் தமக்கையான சாரா (Sarah) என்பவள் பதினொரு வயதுடைய சிறுமியாக இருந்தாள். தாயார் இறந்த பின்னர்ச் சாராவே சமையல் வேலை செய்து வந்தாள். லிங்கன் தம் தாயாரை நினைந்து நினைந்து வருந்தினார். தந்தையார் தம் பிள்ளைகளைத் தேற்றி ஆறுதல் கூறி வந்தார். குளிர்காலம் வந்தது. பாவம்! ஏழை லிங்கன் அணிந்திருந்த கரடித் தோலால் ஆன காற்சட்டையும்

கிழிந்தது. அவர் குளிரால் மிகவும் துன்பப்பட்டார். அவர், பாதிரியார் ஒருவரைத் தம் தாயாரைப் புதைத்த இடத்திற்கு வந்து பிரார்த்தனை செய்யுமாறு வேண்டிக் கொண்டார். அப்பாதிரியாருக்கு லிங்கன் எழுதின கடிதம் ஒவ்வொருவர் கையிலும் சென்று, முடிவில் பாதிரியார் கைக்குக் கிடைத்தது. பாதிரியார் லிங்கன் தாயாரது கல்லறையண்டை நின்று பிரார்த்தனை புரிந்தார். அப்போது தான் லிங்கன் மனம் அமைதியுற்றது.

இந்நிகழ்ச்சிக்குப் பின்னர் ஒரு நாள் தாமஸ் லிங்கன் தம் பிள்ளைகளிடம் விடைபெற்று வேட்டையாடச் சென்றார். சென்றவர் சில வாரங்களாகியும் வரவில்லை. லிங்கனும் சாராவும் தம் தந்தையாரை நினைந்து வருந்தினர்; அவருக்கு என்ன நேரிட்டதோ எனப் பயந்தனர். இவ்வாறு அவர்கள் கலங்கிக்கொண்டு இருந்தபோது தாமஸ் லிங்கன் ஒரு புதிய வெள்ளை மாதுடன் குடிசைக்குள் நுழைந்தார். அவர் பிள்ளைகளை நோக்கி, "குழந்தைகளே, நான் உங்கட்குப் புதிய தாயார் ஒருவரை அழைத்து வந்திருக்கிறேன். இவரே உங்கள் புதிய தாயார்," என்று கூறி, தாம் அழைத்து வந்த வெள்ளை மாதைத் காட்டினார். அவள் குழந்தைகளை அன்போடு தழுவி முத்தமிட்டாள். அது முதல் அப்பிள்ளைகள் அவளைத் தம் தாயாராகவே எண்ணி நடந்து வந்தார்கள்.

லிங்கன் கல்வியில் ஊக்கங் கொண்டிருந்ததைக் கவனித்த புதிய தாய், தான் வைத்திருந்த பல நூல்களை அவருக்குக் கொடுத்தாள்; அவரது முன்னேற்றத்தில் பெரிதும் கவனம் செலுத்தினாள். அந்த அம்மை, சாராவையும் லிங்கனையும் தான் பெற்ற குழந்தைகளாகவே எண்ணிப் பேரன்புடன்" வளர்த்து வந்தாள்; இல்லத்தைக் களிப்பு நிறைந்த இடமாக மாற்றினாள். அவளது பேரன்பினால் அப்பிள்ளைகள் தங்கள் தாயார் இறந்த துக்கத்தை மறந்து, மகிழ்ச்சியோடு அவளிடமே கல்வி கற்று வந்தார்கள்.

லிங்கன் வேட்டையாடத் தெரிந்தவர். எனினும், அவர் வேட்டையாட ஒரு பொழுதும் விரும்பினதில்லை. எல்லா உயிர்களும் ஆண்டவன் பிள்ளைகள் என்பதை அவர் உள்ளபடி உணர்ந்தவர்; எவ்வுயிரும் வருந்துவதைக் காணச்

சகியாதவர்; எவ்வுயிரிடத்தும் அன்பு காட்ட வேண்டும் என்னும் உயர்ந்த கொள்கை உடையவர்.

அன்பையும் அடக்கத்தையும் அணிகலன்களாகக் கொண்ட லிங்கன், தமது வீட்டிற்கருகில் 1822 ஆம் வருடம் ஏற்பட்ட புதிய பள்ளிக்கூடத்திற் சேர்ந்து படித்து வந்தார். அங்கு அவர் மற்றப் பிள்ளைகளைவிட வகுப்பில் முதல்வராக விளங்கினார். எனினும், அப்பள்ளிக்கூடம் நெடு நாள் நிலைத்து இருக்கவில்லை. உபாத்தியாயர் பள்ளிக் கூடத்தை மூடிக்கொண்டு எங்கோ சென்றுவிட்டார். அப்பள்ளிக்கூடம் மூடப்பட்டதும் பிள்ளைகள் அங்குப் படித்ததை மறந்துவிட்டார்கள். ஆனால், ஆப்ரகாம் லிங்கன் தாம் படித்தவற்றை மறவாமல், மேலும் பல விஷயங்களைத் தெரிந்து கொண்டார். அவர் அக்கிராமப் பள்ளியைக் கல்விக்கு இருப்பிடம் என்று மதித்து அதில் படித்தார்.

இரண்டு ஆண்டுகட்குப் பின்னர் வேறோர் ஆசிரியர் பள்ளிக்கூடம் வைத்தார். ஆனால், அவரும் விரைவில் களைப்புற்றுப் பள்ளிக்கூடத்தை மூடிச் சென்றார். அத்துடன் லிங்கனின் பள்ளிக்கூடக் கல்வி நின்றுவிட்டது. "நான் பள்ளிக்கூடங்களில் பல முறை படித்த காலத்தைக் கணக்கிட்டால், அஃது ஒரு வருடத்துக்கும் குறைவாகவே இருக்கலாம்." என்ற லிங்கனே ஒரு முறை கூறினார்.

அறிவிற் சிறந்து ஆற்றலில் மிகுந்து விளங்கின லிங்கன், தம் இடைவிடா ஊக்கத்தாலும் உழைப்பாலும் பல அரிய விஷயங்களை அறிந்துகொண்டார்; பல புதிய நூல்களைப் படித்தார். அவர் எத்தகைய கடினமான விஷயத்தையும் முற்றிலும் தெரிந்து கொண்ட பின்னரே விடக்கூடியவர்; எதனையும் அரைகுறையாக விடாதவர். பள்ளிக்கூடம் மூடப்பட்ட பின்னரும் அவர் ஓயாமற் படித்துப் பல விஷயங்களைப் புதியன புதியனவாக அறிந்து வந்தார்.

கணக்குகளைப் போட்டுப் பழக்கப்படுதற்குக் காகிதம் இன்றிக் கரி தள்ளும் கருவியின் மீது அவர் கணக்குப் போட்டு வந்தார். அவரைப் போலக் கல்வியில் பேரூக்கம் கொண்டுள்ள இளைஞர் அல்லவோ வாழ்க்கையில் உயர் நிலையைப் பெறுவர்!

3. அடிமைக் காட்சி
(கி.பி. 1827-1832)

ஆப்ரகாம் லிங்கன் பதினேழு வயதுடைய இளைஞராக இருந்த போது காட்டு வேலையில் ஈடுபட்டார்; மரங்களை வெட்டினார்; அவற்றை அறுத்தார்; குடியேறின மக்கட்கு வேண்டிய வசதிகளைச் செய்தார்; உதவி வேண்டினவர்க்கு வேண்டிய உதவிகளை விருப்புடன் செய்தார்; ஓய்வு நேரங்களில் அங்குக் குடியேறியிருந்த மக்களுடன் கலந்து உறவாடினார்; கற்றறிந்த அம்மக்கள் பேசுகையில் தாம் முன்னர் அறிந்திராத வெளி உலகச் செய்திகள் பலவற்றைக் கூர்ந்து கேட்டார். பட்டணங்களில் அன்றாடம் நடைபெற்று வந்த விஷயங்களைப் பற்றி அவர்கள் பேசினபோதெல்லாம் லிங்கன் அவற்றைக் கவனத்தோடு கேட்டு வந்தார்; அமெரிக்கக் குடியரசை ஏற்படுத்தின மகா வீரரான ஜார்ஜ் வாஷிங்டனைப் பற்றிக் கேள்விப்பட்டார்; உடனே அவரது வரலாற்றினைப் படித்தறிந்தார்; அவரைப் போலத் தாமும் மேலான நிலையை அடைந்து, அமெரிக்க மக்களுக்குத் தம்மாலான நன்மைகளைச் செய்ய வேண்டுமெனத் தீர்மானித்தார்.

நாளடைவில் லிங்கன் பரந்த நோக்கமும் விரிந்த சிந்தையும் உடையவர் ஆனார். அவர் அமெரிக்க அரசாங்க விஷயங்களை நன்கு அறிந்து கொண்டார்; அரசியல் சம்பந்தமாகவும் பிற விஷயங்கள் சம்பந்தமாகவும் தமது கிராமத்து மக்களிடம் பிரசங்கம் செய்யத் தொடங்கினார்.

பல நூதன விஷயங்களைப் பற்றி அவர் அடுக்காகவும் ஒழுங்காகவும் பிரசங்கம் செய்ததைக் கேட்ட மக்கள் அவரிடம் அன்பும் மதிப்பும் கொண்டார்கள். அவர் உள்ளதை உள்ளவாறு பேசக் கேட்ட மக்கள் அவரை உண்மைக்கு உறைவிடமாக மதித்தார்கள்.

ஓய்வு நேரங்களில் லிங்கன் ஓஹியோ நதியில் படகைச் செலுத்தி வந்தார். கெண்டகிப் பிரதேசத்திலிருந்து இண்டியானாப் பிரதேசத்துக்கு வர ஓஹியோ நதியைக் கடக்க வேண்டும். அங்ஙனம் வந்த மக்களை லிங்கன் தம் படகில் ஏற்றிக் கரைக்குக் கொண்டு வந்து விடுத்தார். அங்ஙனம் படகிற் பிரயாணம் செய்த மக்கள் பல ஊர்களைச் சேர்ந்தவர்கள். அவர்களைக் கண்டு லிங்கன் பல விஷயங்களை அறிந்து கொண்டார். அவர்களில் பலர் பட்டணங்களில் இருந்த கச்சேரிகளில் வேலை செய்துவந்த உத்தியோகஸ்தராக இருந்தனர். அவர்களோடு லிங்கன் நன்கு பழகினார்; அவர்கள் வேலை செய்துவந்த பட்டணங்களைத் தாமும் விரைவிற் சென்று காணத் தீர்மானித்தார்.

மாரிக் காலத்தில் ஓஹியோ நதியில் படகைச் செலுத்தல் இயலாது. அக்காலத்தில் லிங்கன் தமது வீட்டில் இருந்து கொண்டு பல புதிய நூல்களை வாசித்தார்; நூதன விஷயங்கள் பலவற்றை அறிந்தார்; ஓய்வு நேரங்களில் விறகு வெட்டினார்; வீட்டுக்கு வேண்டிய தண்ணீர் கொணர்ந்தார்; தந்தையாருடைய வேலைகளில் உதவி புரிந்தார்; காயமுண்ட விலங்கு கட்கும் பறவைகட்கும் இரட்சகராக விளங்கினார்.

லிங்கன் பெரிய நகரங்களைக் காண அவாக் கொண்டார்; அதற்காக ஒரு படகைத் தயார் செய்தார்; பிரயாணிகளைச் சாமான்களோடு பட்டணங்களுக்கு அழைத்துச் செல்ல விரும்பினார். அவர் இருந்த இடத்தில் பத்திரிகைகள் இல்லை; பெரிய உத்தியோகஸ்தர்கள் இல்லை. அதனால், பட்டணங்களில் நடைபெற்று வந்த விஷயங்களை அவர் அறிந்துகொள்ள வசதியில்லை. அதனால், அவர் படகை அமைத்துத் தொழில் முறையாகப் பட்டணங்களுக்குச் சென்று பழக்கம் பெறலாம் என்று நினைத்தார். அவர் விருப்பமும் நிறைவேறிற்று.

அவர் ஒரு நாள் சில பிரயாணிகளை ஏற்றிக் கொண்டு மிசிசிப்பி நதியில் படகைச் செலுத்தினார்; படகு மெதுவாகச் சென்று கொண்டிருந்தது. லிங்கன் ஆற்றின் இரண்டு பக்கங்களையும் கூர்ந்து கவனித்துக் கொண்டே சென்றார்; கரும்பு பயிர் செய்யப்பட்டிருந்த தோட்டங்களும், ஆரஞ்சுப் பழ மரங்களின் வரிசைகளும், மரப் பலகைகளால் கட்டப்பட்ட விடுதிகளும் அவர் கண்களைக் கவர்ந்தன. அப்போது லிங்கன் பார்த்த ஒவ்வொன்றும் அவருக்குப் புதுமையாகக் காணப்பட்டது. அவர் தாம் கண்டது கனவோ என்ற ஐயுற்றார். ஏன்? அவர் அத்தகைய காட்சிகளை அதுவரையில் கண்டறியாதவர் அல்லவா?

படகு நியூ ஆர்லியன்ஸ் நகரை நெருங்க நெருங்கப் பல படகுகள் ஆற்றிலே காணப்பட்டன. அவையாவும் மக்களையும் சாமான்களையும் ஏற்றிக்கொண்டு நாநா பக்கங்களிலும் போய்க்கொண்டிருந்தன. அத்துணைப் படகுகளுக்கும் போதுமான அகலமுடையதாக மிசிசிப்பி நதி காணப்பட்டது, உலகம் மிகவும் விரிவானது என்ற எண்ணத்தை லிங்கனுக்கு உண்டாக்கினது போல இருந்தது. இறுதியில் நியூ ஆர்லியன்ஸ் நகரம் கண்ணிற்பட்டது. படகைத் தக்க இடத்தில் நிறுத்திவிட்டு, லிங்கனும் அவருடன் சென்ற நண்பரும் நகருள் நுழைந்தனர். லிங்கன் அத்தகைய நகரை முன்னர்க் கண்டறியார். அந்நகர இரைச்சல் அவரைத் திகைப்படையச் செய்தது. பின்னர், ஆடவரும் பெண்டிரும் ஆடையணிகளால் தம்மை அழகுபடுத்திக்கொண்டு நடந்து சென்றது லிங்கனது கருத்தைக் கவர்ந்தது. காட்டில் எளிய வாழ்க்கையை நடத்தி வந்த இளைஞருக்கு நியூ ஆர்லியன்ஸ் நகரம் தேவ லோகம் போலக் காணப்பட்டதில் வியப்பு ஒன்றும் இல்லையன்றோ? அவர், தமது காலத்திற்குள் நியூ ஆர்லியன்ஸ் நகரில் மட்டும் அன்றிஅமெரிக்காவில் மட்டும் அன்றி இப்பரந்த உலகிலேயே மிகச் சிறந்தவராகத் தாம் விளங்கப் போவதை அந்நிலையில் சிறிதும் உணர்ந்திலர்.

நியூ ஆர்லியன்ஸ் நகரை முழுவதும் சுற்றிப் பாராமல், லிங்கன் தமது வீடு நோக்கிப் பிரயாணமானார். அவர் வீட்டையடைந்து வழக்கம் போலத் தம் வேலைகளைக்

கவனித்து வந்தார். அப்பொழுது இல்லிநாய்ஸ் (Illinois) என்ற மாகாணத்திலிருந்து லிங்கன் உறவினர் ஒருவர் லிங்கன் குடும்பத்தாரை இல்லிநாய்ஸூக்கு வந்து குடியேறும்படி அழைத்தார். தாமஸ் லிங்கனும் இண்டியானாப் பிரதேசத்தை விட்டுப் புதிய இடத்திற் குடியேற வேண்டும் என்பதை விரும்பினார். எனவே, லிங்கன் குடும்பத்தார் இண்டியானாவை விட்டு இருநூறு மைல் தூரத்தில் உள்ள இல்லிநாய்ஸ் என்ற மாகாணத்தை நோக்கிப் பிரயாணமாயினர். அக்காலத்தில் புகை வண்டித் தொடர்கள் இல்லை; மோட்டார் வண்டிகள் இல்லை. இங்கிலாந்தில் ஜார்ஜ் ஸ்டிபென்ஸன் என்பார் முதன்முதல் புகை வண்டித் தொடரை அக்காலத்திலேதான் ஓட்டிக் காட்டினார். அமெரிக்காவில் கட்டை வண்டிகளே மிக்கிருந்தன. பாதைகள் செப்பனிடப்படாமையால், பிரயாணம் கஷ்டமாக இருந்தது. எனினும், இருபத்தொரு வயதுடைய லிங்கன் குதிரைகளை அடக்கி வண்டிகளை ஓடச் செய்தார். அனைவரும் சுகமாக இல்லிநாய்ஸ் மாகாணத்தை அடைந்தனர். அங்கிருந்தோர், லிங்கன் குடும்பத்தாரை வரவேற்று, வேண்டிய உதவிகளைச் செய்தனர். புதிய வீடும் விரைவில் கட்டப்பட்டது.

ஆப்ரஹாம் லிங்கன் இருபத்திரண்டாம் வயதில் ஒரு நாள் தமது எதிர் கால வாழ்க்கையைப் பற்றி நினைத்துக்கொண்டிருந்தார். அப்போது அவர் நண்பர் ஒருவர் தம்முடைய படகில் தம்மோடு சேர்ந்து வேலை செய்யும்படி அவரை வேண்டினார். லிங்கன் அதற்கு உடன்பட்டுப் படகில் வேலை செய்து வந்தார். ஒரு முறை அப்படகு நியூ ஆர்லியன்ஸ் நகரையடைந்தது. லிங்கன் அந்நகருள் நுழைந்து, ஒவ்வொரு தெருவாகச் சுற்றிப் பார்த்து வந்தார். முடிவில் அவர் கடைத்தெருவில் நடந்து சென்ற போது திடுக்கிடக் கூடிய காட்சியொன்றைக் கண்டார். அவர் பட்ட மரம் போல அசைவற்று நின்றார். அவர் பட்ட மரம் போல அசைவற்ற நின்றார். அவர் கண்களிலிருந்து நீர்தாரை தாரையாக வடிந்தது. அவரது மனத்தைப் புண்படுத்தின அக்கொடிய காட்சிதான் யாது? ஆ! அதுதான் நீங்கள் முதல் அதிகாரத் தொடக்கத்திற் படித்த அடிமை வர்த்தகம். அவர் அப்போது, 'இவ்வர்த்தகத்தையும் அடிமைத்தனத்தையும் என்

ஆயுள் காலத்துக்குள் அடியோடு அகற்றுவேன்!' என்ற சூள் உரைத்ததையும் அப்பகுதியில் நீங்கள் படித்தீர்கள் அல்லவா?

அடிமை வர்த்தகம் லிங்கனைப் பெரிதும் வாட்டினது. அழகிய தோற்றம் வாய்ந்த நியூ ஆர்லியன்ஸ் நகரில் இத்தகைய அநாகரிகச் செயல் நடைபெறும் என்பதை அவர் கனவிலும் நினைத்திலர். அவர் மனம் நெருப்பிற்பட்ட புழுப் போலத் துடித்தது; கண்கள் பருத்து முகம் கறுத்த நீக்ரோவரையும், நூற்றுக்கணக்கான வெள்ளையர் முன்னர் அவர்கள் அநாதைகளாக நின்றிருந்த பரிதாப நிலையையும் கண்டு, அவர் மனம் அழலில் இட்ட வெண்ணெயென உருகியது. இயற்கையிலேயே உயிர்களிடத்துப் பேரன்பு கொண்ட அவ்விளைஞர் இக்கொடிய காட்சியைக் கண்டதும் பிரமித்துவிட்டார். அப்பொழுதுதான் உலகில் சில மக்கள் சுகப்படுகிறார்கள் என்பதையும் சிலர் துன்பப்படுகின்றனர் என்பதையும் அவர் உணர்ந்தார். காருணியமே உருக்கொண்டு வந்தாலன்ன அப்பரம புருஷர் அமெரிக்காவினின்றும் அடிமைத் தளையை அடியோடு அகற்றுவதெனத் தீர்மானித்தார்; அதற்காகத் தம் ஆயுள் உள்ள வரையிற் போராடுவதென்றும் துணிவு கொண்டார்.

லிங்கன் வீடு திரும்பினதும், நியு சாலெம் (New Salem) என்னும் கிராமத்தில் இருந்த சிறிய கடையின் நிருவாகஸ்தராக (Manager) அமர்ந்தார்; அவ்வேலையை விரும்பிச் செவ்வையாக வியாபாரம் செய்து வந்தார். அவர் வேடிக்கையாகப் பேசினதைக் கண்ட அந்தக் கிராமத்தார் அவரைப் பெரிதும் விரும்பினர். அவர்கள் ஓய்வு நேரங்களை லிங்கனிடமே கழித்து வந்தார்கள். ஒரு முறை ஒருவர் சாமான் வாங்கிக்கொண்டு பணத்தை அதிகமாகக் கொடுத்துச் சென்றார். அதனை அறிந்து லிங்கன் உடனே அவரை விரட்டிச் சென்று, அத்தொகையை அவரிடம் கொடுத்துவிட்டார்; பின்னொரு முறை ஒரு பெண் பிள்ளைக்குக் குறைவாகத் தேயிலையைக் கொடுத்துவிட்டார்; ஆனால், பின்னர்த் தாம் செய்த குற்றத்தையுணர்ந்து, சரியான அளவுடைய தேயிலையை உடனே எடுத்துச் சென்று, அம்மாதிடம் கொடுத்து மீண்டார். இத்தகைய சிறிய செயல்களிலிருந்து, 'லிங்கன் மிகவும் யோக்கியமானவர்.' என்னும் எண்ணம்

அந்தக் கிராமத்தார்க்கு ஏற்பட்டது. அவர்கள் லிங்கனை மரியாதையோடும் பேரன்புடனும் நடத்தி வந்தார்கள்.

இத்தகைய உயர்ந்த குணங்கள் லிங்கனிடம் ஒளிர்ந்து காணப்பட்டன. இவை, அவர் உயிருடன் இருந்த வரையில் அவரை விட்டு அகலாதிருந்தன. உண்மையுள்ள அவ்வுத்தமர் உலகில் எவருக்கும் அஞ்சினதில்லை; எத்தகைய தீச்செயலையும் எடுத்துக் காட்டத் தவறினதில்லை; நியாயமானதை நிலை நிறுத்தத் தவறினதும் இல்லை. உண்மையுடைமையே அவரை மிக உயர்ந்த நிலைக்குக் கொண்டு வந்தது.

4. வெளி உலக அனுபவம்
(கி.பி. 1832-1842)

நியூ சாலெம் கிராமத்தில் இருந்த கடை மூடப் பட்டது. லிங்கன் வீடு திரும்பினார். அப்பொழுது செவ்விந்தியருள் ஒரு பகுதியார் வெள்ளையர் மீது படையெடுத்து வருவதாகச் செய்தி கிடைத்தது. வெள்ளையர் அமெரிக்காவில் மிசிசிப்பி நதியைக் கடந்து, மேற்குப் பாகத்தையும் கைப்பற்றினர். எனவே, அங்கிருந்த செவ்விந்தியர் விரட்டப்பட்டனர். அப்பாகம் செவ்விந்தியர் வேட்டையாடுமிடமாக இருந்தது. அதனை வெள்ளையர் கைப்பற்றினதைக் கண்ட செவ்விந்தியர் மிக்க சினங் கொண்டனர். எனினும், இலட்சக்கணக்கான ஆயுதந் தாங்கின வெள்ளையரோடு போர் புரிய அவர்கள் துணியவில்லை. பாவம்! அவர்கள் சிறிது சிறிதாகத் தாங்கள் அனுபவித்து வந்த இடத்தைக் காலி செய்துகொண்டே மேற்கு நோக்கிச் சென்று, மிசிசிப்பி நதியையும் கடந்தார்கள். அங்கும் வெள்ளையர் சென்று துன்புறுத்தவே, அவர்கட்கு அடங்காக் கோபம் உண்டாயிற்று.

எனினும், செவ்விந்தியத் தலைவர்கள், வேறு வழி யில்லாமல், இல்லிநாய்ஸ் மாகாணத்திற்கு வடக்கே உள்ள இடத்தை வெள்ளையருக்குக் கொடுத்து விட்டதாக அமெரிக்க அரசாங்கத்தோடு ஓர் ஒப்பந்தம் செய்துகொண்டார்கள். அதற்குப் பதிலாக அவர்கள் வசிப்பதற்கு மிசிசிப்பி நதியின் மேற்கில் உள்ள நிலப்பரப்பு விடப்பட்டது. எனினும், இத்தகைய உடன்படிக்கையைச் 'சாக்ஸ்' (Sacs) என்னும் செவ்விந்திய வகுப்பாரின் தலைவர் ஒப்புக் கொள்ளவில்லை.

அவன் அஞ்சா நெஞ்சினன். அவன் வெள்ளையர்க்கு அடங்கி நடக்க முடியாதென்று கர்ச்சித்தான்; அவர்களைப் பழி வாங்குவதெனவும் தீர்மானித்தான். அவனுடன் வேறொரு வகுப்பாரும் சேர்ந்துகொண்டனர். அவ்விரு வகுப்பாரும் மிசிசிப்பி நதியைத் தாண்டி, வெள்ளையர் குடியேறியிருந்த கிராமங்களை நாசப்படுத்த முயன்றார்கள்.

இச்செய்தி லிங்கனுக்கு எட்டிற்று. அவர் ஆறடிக்கு மேற்பட்ட உயரமுடையவர்; நீண்ட உறுதியான கைகளையுடையவர்; பயம் என்பதை அறியாதவர். அவர் தம் நண்பர்களை ஒன்று சேர்த்தார். அவர்கள் லிங்கனைத் தம் தலைவராக ஒப்புக் கொண்டார்கள். அவர்கள் போரில் பழக்கப்படாத இளைஞர்கள்; எனினும், தைரியம் உடையவர்கள். அவர்களை அழைத்துக்கொண்டு லிங்கன் செவ்விந்தியர் கலகம் செய்த இடத்தை அடைந்தார்; அங்குக் கூடாரம் அடித்துத் தங்கியிருந்தார். அவர், முன் கோபிகளான தம் வீரர்களைச் சமயோசிதமாக அடக்கி வந்தார்.

ஒரு முறை செவ்விந்தியன் ஒருவன் அவர்கள் இருந்த கூடாரத்திற்கு வந்தான். அவனைக் கண்டதும் வீரர்கள், "இவன் வேவுகாரன்! இவனைச் சுடுங்கள்!" என்று பகர்ந்தார்கள். தனக்கு வந்த ஆபத்தையறிந்த செவ்விந்தியன் உடனே ஒரு பத்திரத்தைக் காட்டித் தான் வெள்ளையரின் நண்பன் என்றான். "என்ன! இப்பத்திரம் எங்கள் அமெரிக்கச் சேனைத் தலைவரால் கையொப்பம் இடப்பட்டதன்று. அவர் கையொப்பத்தைப் போல இது காணப்படினும், உண்மையில் இஃது அவரது கையொப்பம் அன்று. இவனை உடனே சுட்டுத் தள்ளுங்கள்!" என்று வீரர்கள் கூறித் துப்பாக்கிகளை அவன் முகத்திற்கு நேராக நீட்டினார்கள். ஆ! அவ்வேளை லிங்கன் எழுந்து வீரர்கட்கும் செவ்விந்தியனுக்கும் குறுக்கே நின்றார். "இவனை நாம் சுடக்கூடாது." என்று நிதானமாகக் கூறினார். சிறிது நேரம் ஒருவரும் ஒன்றும் பேசவில்லை. பின்னர் ஒரு வீரன், "லிங்கன், நீ மிகவும் பயங்கொள்ளி." என்றான். லிங்கன் அமைதியாக, "அப்படி எவனேனும் நினைப்பானாயின், பரீட்சை செய்து கொள்ளட்டும்." என்றார். "நீ எங்களைவிடப் பெரியவனாயிருக்கிறாய்," என்றான் ஒருவீரன். "எனினும், என்? உங்கள் ஆயுதங்களை எடுத்துக்கொள்ளுங்கள்.

ஒரு கை பார்க்கலாம்!" என்றார் லிங்கன். சிறிது நேரம் அங்கு அமைதி நிலவிற்று. பின்பு ஒவ்வொருவராகத் துப்பாக்கியைக் கீழே தொங்கவிட்டனர். லிங்கன் சிறிது தாமதித்திருந்திருப்பாராயின், பாவம்! அவ்வேழை இந்தியன் இரக்கங் காட்டாது சுடப்பட்டிருப்பான். லிங்கனைத் தவிர வேறு தலைவன் இவ்வாறு சுடக்கூடாதெனக் கட்டளை யிட்டிருந்தாலும், அவ்வீரர்கள் அதனைக் கேளாமல், சுட்டே இருப்பார்கள். இயற்கையிலேயே இரக்கக் குணமுடைய லிங்கன், முன்னர் அறியாத ஒருவனை ஒரு காரணமும் இன்றிச் சுடச் சம்மதிக்கவில்லை. அச்சமின்மையே அவருடைய சிறந்த ஆயுதம். அதனால், அவர் எப்பொழுதும் எதற்கும் அஞ்சினதில்லை. தமக்கு, 'நியாயமன்று.' எனத் தோன்றினதைச் செய்ய அவர் வாழ்நாளில் முன்வந்ததில்லை. முதலில் அவரை வெறுக்கும் கொடிய பகைவரும் பிறகு அவரது நியாயமான நடத்தையைக்கண்டு திகைப்படைவர். அவர் தமக்கு நியாயமானது எனத் தோன்றின எதனையும் கூறவோ, செய்யவோ ஒரு நாளும் தவறினதில்லை. இத்தகைய சிறந்த ஆயுதத்தால் அவர் பிற்காலத்தில் அமெரிக்கரின் – ஏன்? உலகத்தாரின் பெருமதிப்புக்கே இலக்கானார்.

மேற் கூறப்பட்ட நிகழ்ச்சிக்குப் பின்னர் லிங்கன் தம் வீரர்களோடு அவ்விடத்திலேயே பல நாட்கள் தங்கி இருந்தார். வீரர்கள் வேலையின்றி இருக்க விரும்பவில்லை. அதனால், அவர்கள் லிங்கன் உத்தரவுப்படி தங்கள் தங்கள் வீடு திரும்பினார்கள். லிங்கன் மட்டும் சுதந்திரப் படையில் ஒரு வீரராகச் சேர்ந்து கொண்டார். வெள்ளையரைத் துன்புறுத்தின செவ்விந்தியர்கள் சிறையாக்கப்பட்டார்கள். அவர்கள் தலைவன் அமெரிக்கக் குடியரசுத் தலைவர் முன் கொண்டு போகப்பட்டான். அத்துடன் போர் முடிந்தது. லிங்கன் போர் வீரர்கட்கு வேண்டிய உதவிகளைப் புரிந்தாரே அன்றிப் போர் புரியவில்லை. போர் முடிந்ததும் அவர் தம் வீடு திரும்பினார். அவர், தாம் இளைஞர் படைத்தலைவராக இருந்த பொழுது வீரர்களை அடக்கும் விதத்தையும், அவர்களுக்கு உத்தரவிடும் விதத்தையும், பிறவற்றையும் நன்கறிந்து கொண்டார். ஆனால், தாம் ஒரு காலத்தில் அமெரிக்காவின் குடியரசுத் தலைவராக வரக் கூடுமென்பதை அவர் அப்பொழுது அறியார்.

வீடு திரும்பினதும் லிங்கன் தேர்தல் (Election) வேலையில் ஈடுபட்டார். அவர் சாங்கமன் (Sanga man) தொகுதியிலிருந்து மாகாணத் தேர்தலுக்கு நின்றார். அத்தொகுதியிலிருந்து நான்கு பேர் தேர்ந்தெடுக்கப்படவேண்டும். ஆனால், அந்நான்கு ஸ்கானங்களுக்குப் பதின்மூன்றுபேர் அபேட்சகராக நின்றனர். லிங்கன் செவ்விந்தியரை அடக்கச் சென்றிருந்தமையால், அவரால் தேர்தலுக்கு அதிகமாக வேலை செய்யக் கூடவில்லை. எனினும், அவர் தான் நின்றதற்கரிய காரணங்களைக் கீழ் வருமாறு பிரசுரித்து மக்களுக்களித்தார்:

“சகோதரர்களே, உங்கள் சார்பாக நான் சாங்கமன் மாகாணச் சட்ட சபையில் இருப்பேனாயின், உங்கள் அனைவர்க்கும் பிரியமான ஒன்றைச் செய்யவே உங்கள் பிரதி நிதி என்னும் முறையில் நான் முயல்வேன். நான் இளைஞன்; அனுபவம் இல்லாதவன்; உங்களில் பலர் என்னை அறிந்திருக்கமாட்டீர். நான் மிகவும் எளிய குடும்பத்திற் பிறந்து, எளிய வாழ்க்கைய நடத்தி வருபவன். எனக்குப் பணக்கார உறவினரோ, நண்பரோ இல்லை. என்னை நானே உங்கட்கு அறிமுகப் படுத்திக்கொள்ள வேண்டும். என்னைத் தேர்ந்தெடுக்கும் நண்பர்கட்கு, நாட்டுக்கென நான் செய்யும் தொண்டே பதில் உதவியாம் என்பதை வணக்கமாக அறிவித்துக் கொள்கிறேன்.”

இவ்வறிக்கையை விடுத்த பின்னர், லிங்கன் இரண்டொரு கிராமங்களில் சிறிய சொற்பொழிவுகள் நிகழ்த்தினார். அக்கிராமங்களில் இருந்த மக்கள் லிங்கனை நன்கறிந்தவர்கள்; அவருடைய நற்குண நல்லொழுக்கங்களை அறிந்தவர்கள். அவர்கள் அவரையே தங்கள் பிரதிநிதியாகத் தேர்ந்தெடுப்பதென முடிவு செய்தார்கள்; தங்களுக்குத் தெரிந்த புதியவர்களையும் லிங்கனுக்கே ஓட்டுக் கொடுக்க வேண்டுமென்றும் தூண்டினார்கள்.

அந்நிலைமையில், அமெரிக்காவில் இரண்டு பெரிய கட்சிகள் இருந்தன. ஒன்று வெகு காலமாக இருந்து வந்த ஜனநாயகக் கட்சி (Democratic Party) என்பது. மற்றொன்று விக்ஸ் கட்சி (Whigs Party) என்பது. ஜனநாயகக் கட்சித் தலைவர் ஆண்ட்ரூ ஜாக்ஸன் என்பவர். விக்ஸ்

கட்சித் தலைவர் ஹெனறி க்ளே (Henry Clay) என்பவர். லிங்கன் ஹென்றி க்ளேயிடம் மிகுந்த அன்புடையவர். லிங்கன் அப்பெரியாரைக் கண்டதில்லை; எனினும், அவர் கட்டுரைகளைப் படித்ததிலிருந்து அவர்மீது அன்பு கொண்டார்; நாட்டுக்கென அவர் செய்தவை நல்லவை என்பதை உணர்ந்து மகிழ்ந்தார்.

அக்காலத்தில் வடமாகாணங்கள் கைத்தொழில்களில் பெயர் பெற்று இருந்தன. அவை தம் பொருள்களைத் தம் மாகாணங்களிலேயே உயர்ந்த விலைக்கு விற்றுவந்தன. வெளி நாட்டுச் சாமான்கள் குறைந்த வரியில் இறக்குமதியானால், தம் வியாபாரத்திற்குக் கேடு வரும் என்பதையுணர்ந்து, அம்மாகாணங்கள் வெளிநாட்டுப் பொருள்களுக்கு அதிக வரி விதிக்கும்படி அரசாங்கத்தை வற்புறுத்தின. ஆனால், இந்த யோசனையைத் தென்மாகாணங்கள் ஆதரிக்கவில்லை அவை பருத்தி முதலியவற்றைப் பயிர் செய்யும் மாகாணங்கள். அங்கிருந்தோர் எளிய கிராமவாசிகள். வட மாகாணப் பொருள்களுக்கு விலை அதிகமானால், அவர்களால் வாங்க இயலாது. அதனால், அவர்கள், “வெளிநாட்டுப் பொருள்களுக்கு அதிகவரி விதிக்கக் கூடாது. அவை இறக்குமதியானாற்றான் வட மாகாணப் பொருள்கள் எங்கட்குக் குறைந்த விலைக்குக் கிடைக்கும். அரசாங்கம் எங்கள் கோரிக்கைக்கு இணங்க வேண்டும்.” என்று வாதாடினார்கள்.

இவ்விவாதம் வர வர மோசமாகி, முடிவில் 1832 – ஆம் ஆண்டில் – அஃதாவது லிங்கன் தேர்தலுக்குநின்ற சமயத்தில் – தென்கரோலினா மாகாணம் அமெரிக்க மாகாண ஐக்கியத்தினின்றும் பிரிந்துவிடத் தீர்மானித்தது. வெளிநாட்டுப் பொருள்களின் மீது அதிக வரி விதிக்கக் கூடாதென்பதே அம்மாகாணத்தின் வேண்டுகோள். அதனை அமெரிக்க அரசாங்கம் நிறைவேற்றாவிடின், தான் பிரிந்துவிடுவதாக அம்மாகாணம் பறை சாற்றினது. அவ்வளவே. வட மாகாணங்கள் விழித்தன. சிறந்த இராஜ தந்திரிகள் செய்வதறியாமல் தத்தளித்தார்கள். தென்கரோலினா ஐக்கியத்தினின்றும் பிரிவதை எவரும் விரும்பவில்லை. முடிவில் ஹென்றிக்ளே இரு பிரிவினர்க்கும்

சமாதானத்தையுண்டாக்க முன் வந்தார்; வெளி நாட்டுப் பொருள் மீது அதிகவரி விதிக்கக் கூடாதென அரசாங்கத்துக்கு அறிவித்தார். வடமாகாணத்தாரும் அதற்கு உடன்பட்டனர். தென் கரோலினாவும் ஐக்கியத்தினின்றும் பிரியவில்லை.

இவ்வாறு நாட்டில் அமைதியை உண்டாக்கின மஹா வீரரான ஹென்றி க்ளேயினை அமெரிக்கா முழுவதும் புகழ்ந்தது. லிங்கன் இத்தகராறுகளைக் கூர்ந்து கவனித்து வந்தார். க்ளே செய்த சமாதானத்தை அவர் பெரிதும் விரும்பினார். 'எப்பாடு படினும், எந்த மாகாணத்தையும் ஐக்கியத்தினின்றும் பிரிய விடக் கூடாது,' என்னும் ஹென்றி க்ளேயின் கொள்கையை லிங்கன் பலமாக ஆதரித்தார். அன்று முதல் அவர் அதனையே தமது உயரிய லட்சியமாகக் கொண்டார். இது நிற்க.

தேர்தல் நடைபெற்றது. பதின்மூன்று பேர்களில் நால்வர் தேர்ந்தெடுக்கப்பட்டனர். ஆனால், அந்நால்வருள் ஒருவராக லிங்கன் தேர்ந்தெடுக்கப்படாவில்லை. எனினும், தமது தோல்வியால் அவர் மனந்தளரவில்லை. நியூ சாலெம் கிராமத்து மக்கள் அவருக்கு ஆறுதல் கூறினார்கள்; அடுத்த தேர்தலில் அவருக்கு வெற்றி ஏற்படுமாறு தாங்களே வேலை செய்வதாகவும் வாக்களித்தார்கள்.

ஆப்ரகாம் லிங்கன் தேர்தலுக்குப் பின்னர் வேலை இன்றித் தவித்தார்; அக்கம் பக்கத்தாரிட்ட வேலைகளைச் செய்து, அவர்கள் வீட்டிலேயே உண்டு வந்தார்; அவர்கள் கொடுத்த எளிய உடைகளை உடுத்து வந்தார். அக்கேவல நிலையிலும் அவர் புத்தகங்களைப் படிக்கத் தவறினதில்லை; கையிற் கிடைத்த எந்தப் புத்தகத்தையும் படித்து வந்தார். ஒருவன் இரண்டு மணி நேரத்திற் செய்து முடிக்கும் வேலையை அவர் ஒரு மணியில் முடித்துவிட்டு, எஞ்சிய ஒரு மணி நேரத்தைப் புத்தகம் வாசிப்பதில் கழித்து வந்தார். அவர் வெளியில் வேலை செய்யச் செல்லும்போது, ஒரு புத்தகத்தைத் தம் சட்டைப் பையில் எடுத்துச் சென்று, ஓய்வு நேரத்தில் ஒரு மரத்தடியிற் படுத்துச் சென்று, ஓய்வு நேரத்தில் ஒரு மரத்தடியிற் படுத்துப் படிப்பார். இவ்வாறு அவர் தினந்தோறும் செய்து வந்தார். இங்ஙனம் அவர் படித்த

நூல்களிற் பெரும்பாலானவை சட்ட நூல்களே. அவர் சிறு வயது முதற்கொண்டே, சட்ட ஞானம் பெற்று வக்கீலாக வேண்டுமென அவாக் கொண்டிருந்தார்.

சில மாதங்கட்குப் பின்னர் லிங்கன் நியூ சாலெம் கிராமத்தின் தபால் உத்தியோகஸ்தராக (Post Master) நியமிக்கப்பட்டார். அவ்வேலையில் லிங்கன் நற்பெயர் பெற்றார். அவர் அவ்வேலையில் மிகுந்த ஓய்வைப் பெற்றுப் பல புதிய நூல்களையும் வீரர்களின் வரலாறுகளையும் படித்து வந்தார். அந்நிலையில் அங்கு நிலமளப்பவர் (Surveyor) ஒருவர் வந்தார். அவர் லிங்கன் நண்பரானார். லிங்கன் அவரோடு சேர்ந்து நிலமளக்கவும், நிலத்தின் பரப்பைக் (area) கணக்கிடவும், நிலத்தைப் பற்றிய வேறு பல விஷயங்களையும் அறிந்துகொண்டார். இப்புதிய வேலை அவருக்கு மிகுந்த உற்சாகத்தை உண்டாக்கினது.

ஆப்ரகாம் லிங்கன் தபால் உத்தியோகஸ்தராக இருக்கையில் இருபத்தைந்து வயதுடைய மனிதராக இருந்தார். அவர் தமது வாழ்க்கையை ஆடம்பரமாக நடத்த ஒரு போதும் விரும்பின தில்லை. உண்ண உணவும் உடுக்க உடையும் படிக்க நூல்களுமே அவர் விரும்பினவை. உயிர் வாழக் குறைந்த முறையில் தேவையானவற்றையே அவர் விரும்பினார். தமக்கென ஒரு செப்புக் காசையும் அவர் வைத்திருந்ததில்லை. அமெரிக்கக் குடியரசுத் தலைவராகத் தேர்ந்தெடுக்கப்பட்டு வாஷிங்டன் நகருக்குப் போன போது தம் நண்பரிடமிருந்து கடன் வாங்கிச் சென்றார் எனின், அவரது எளிய வாழ்க்கையும், பணத்துக்கு அவர் அதிக மதிப்புக் கொடாதிருந்தமையும் நன்கு விளங்குகின்றன அல்லவா?

1834 – ஆம் ஆண்டு இல்லிநாய்ஸ் மாகாணச் சட்ட சபைத் தேர்தல் நடைபெற்றது. சாங்கமன் தொகுதியிலிருந்து தேர்ந்தெடுக்கப்பட்ட நால்வருள் லிங்கன் ஒருவராவர். அம்முறை அவர் பெருவெற்றி அடைந்தார். அவ்வெற்றியால் அவரது வாழ்க்கையில் மாறுதல் ஏற்பட்டது. அவர் அதுவரையில் ஒரு கிராமத்திற் பிரபலராக இருந்தாரே அன்றி, ஒரு மாகாணப் பிரபலராகவில்லை. ஆனால், தேர்தலால், அவர் மாகாணச் சட்ட சபையில் பல அறிஞர்களோடு

அமர்ந்து பொதுஜன நிருவாகத்தைப் பற்றிப் பேசத் தக்க உயர் நிலையை அடைந்தார்.

தேர்தல் நடைபெற்ற உடனே லிங்கன், தம் தொகுதியில் இருந்த மக்கட்குக் கீழ் வருமாறு செய்தி விடுத்தார்: "என் சகோதரர்களே, என்னைத் தேர்ந்தெடுத்தவராயினும், தேர்ந்தெடுக்காதவராயினும் நீங்கள் அனைவரும் என் தோழர்களே. உங்கள் சார்பாக நான் சட்டசபைக்குச் செல்வதால், உங்கள் நன்மையே எனது நன்மை. உங்கள் லட்சியமே எனது லட்சியமாகும். நாட்டு நன்மை ஒன்றுக்கே நான் போராடுவேன்."

லிங்கன் மிகப் பரந்த நோக்கம் உடையவர். அவர் நாட்டு நன்மையையே பெரிதெனக் கருதினார். தமது சுய நலத்தையோ, சிலர் நலத்தையோ அவர் பெரிதெனக் கருதவில்லை. இரவும் பகலும் அவர் மந்திரமாக இருந்தது, 'அமெரிக்கா உலகில் மேனிலையில் இருத்தல் வேண்டும்.' என்பதேயாகும்.

1834–ஆம் ஆண்டில் நடந்த இல்லிநாய்ஸ் மாகாணச் சட்டசபைத் தேர்தலால், அம்மாகாணம் முழுவதும் லிங்கன் பெயர் பரவிற்று, அங்கத்தினர் காலம் முடிவடைந்ததும், அவர் முன்போலக் கிராமத்துக்கு வந்து சட்ட நூல்களைப் படித்துவந்தார். 1836, 1838, 1840 இவ்வாண்டுகளில் அவர் மீண்டும் மீண்டும் சட்ட சபைக்குத் தேர்ந்தெடுக்கப்பட்டார்.

லிங்கன் விக்ஸ் கட்சியைச் சேர்ந்தவர் என்பதை நீங்கள் முன்னரே படித்திருக்கின்றீர்கள் அல்லவா? 1836–ஆம் ஆண்டில் குடியரசுத் தலைவர் தேர்தல்நடைபெற்றது. அத்தேர்தலுக்கு ஜனநாயக கட்சியார் ஒருவரை நிறுத்தினர். லிங்கன் ஜனநாயகக் கட்சி அபேட்சகருக்கு ஓட்டுக் கொடுக்கக் கூடாதென்று பொது மக்களுக்கு அறிவுறுத்திப் பல உருக்கமான பிரசங்கங்கள் செய்தார். அவருடைய சொற்பொழிவுகள் மக்கள் மனத்தை விட்ட நீங்கவில்லை. முடிவில், ஜனநாயகக் கட்சி அபேட்சகரே தலைவர் ஆனார். எனினும், ஆப்ரகாம் லிங்கன் தம் அரிய உருக்கமான பிரசங்கங்களாலும் மக்கள் மனத்தைக் கவர்ந்தார். அவர் பெயர் இரண்டொரு மாகாணங்களிற் பிரபலமாயிற்று.

அவர் மாகாணச் சட்ட சபையில் அங்கத்தினராக இருந்த போது சாங்கமன் தொகுதியின் பிரதிநிதிகளாகத் தம்மோடு சட்ட சபையில் இருந்தவர்களோடு சேர்ந்து, சாங்கமன் ஜில்லாவுக்கு ஸ்பிரிங் பீல்டைத் (Springfield) தலைநகராக்கினார். இம்முயற்சியில் அவர் பெரும்பாடு பட்டார். லிங்கன் நியு சாலெமை விட்டு ஸ்ப்ரிங்பீல்டுக்குச் சென்று குடியேறினார்: தம் நண்பரான மேஜர் ஸ்டுவர்ட் என்பவரோடு சேர்ந்து வக்கீலானார்.

ஆப்ரகாம் லிங்கன் வக்கீலாகவும் சட்ட சபை அங்கத்தவராகவும் இருக்கையில் அடிமை வர்த்தகத்தைப் பற்றின கேள்விகள் நாடெங்கும் கிளம்பின. ஒரு சாரார். 'அடிமை வர்த்தகம் நியாயமானது.' என்ற வாதித்தனர். ஒரு சாரார், 'அடிமை வர்த்தகம் நியாயமற்றது. அதனை உடனே ஒழிக்க வேண்டும்.' என்று கர்ச்சித்தனர். ஆனால், அடிமை வர்த்தகத்தை ஆதரித்த அமெரிக்கரே அதிகமானவர். இவ்விவாதங்கள் நடைபெறுகையில் அமெரிக்காவில் சுமார் நான்கு இலட்சம் நீக்ரோ அடிமைகள் இருந்தார்கள். ஆங்கிலேயரும் டச்சுக்காரரும் ஆப்ரிக்காவிலிருந்து நீக்ரோவரைக் கப்பல் கப்பலாகக் கொண்டுவந்து அமெரிக்காவில் இறக்கிவிட்டனர். அமெரிக்க வியாபாரிகள் அவர்களை விலைகொடுத்து வாங்கிப் பொது இடங்களில் நிற்கவைத்து வியாபாரம் செய்துவந்தார்கள். இவ்வர்த்தகம் 1619 ஆம் ஆண்டிலிருந்து நடந்து வந்தது. இதனால் பல அமெரிக்கர் பெருஞ்செல்வந்தராயினர். அதனால், அவர்களும் அவர்களை ஆதரித்தவர்களும் அவ்வர்த்தகம் நியாயமானதென வாதித்தார்கள்.

1833 – ஆம் ஆண்டில் இவ்விவாதங்கள் கிளம்பிப் போராட்டம் அதிகரித்தது. அப்போது லிங்கன் சட்ட சபையில் ஒரு பிரசங்கம் செய்தார்: "அடிமை வர்த்தகம் மிகக் கேவலமானது; நமது நாட்டுப் பெருமைக்கும் நன்மைக்கும் பாதகமானது. எனினும், அதனைத் திடீரென ஒழிப்பது இயலாது; மெதுவாக ஒழித்தலே முறையாகும்." என்று கேட்போர் மனங் கரையும்படியும் களிப்படையும்படியும் பேசினார்.

ஆப்ரகாம் லிங்கன் நீதிவாதிக்குரிய உயர்ந்த குணத்தைப் பெற்றிருந்தார். வாதி பிரதிவாதிகளின் பணத்தைக் கொள்ளையடிப்பதையே பொதுவாக நீதி வாதிகள் விரும்புகிறார்கள். ஆனால், உயர்ந்த ஒழுக்கமுடைய லிங்கன் அதை விரும்பவில்லை. அவர் வாதிபிரதிவாதிகளைத் தங்களுக்குள்ளேயே சமாதானமாகும்படி செய்து வந்தார்; நீதி மன்றம் சென்று பணத்தைப் பாழாக்க வேண்டாவென அவர்கட்கு அறிவுறுத்தி வந்தார். தமக்கு நியாயமாகச் சேர வேண்டிய பணத்தையே அவர் தம் கட்சிக்காரரிடமிருந்து பெற்று வந்தார். அவர் ஒரு முறை நீதிவாதிகளைப் பார்த்துக் கீழ் வருமாறு உருக்கமாகப் பேசினார்:

"நீங்கள் பணத்தைக் கொள்ளையடிக்காதீர்கள். அறிவில்லா மூடர்கள் அநாவசியமாகத் தங்கட்குள் சண்டையிட்டுக்கொண்டு, தாங்கள் கஷ்டப்பட்டுச் சம்பாதித்த பணத்தை நீதி மன்றச் செலவுக்குத் தத்தம் செய்கிறார்கள். போதாக் குறைக்கு நீங்களும் அவர்களிடமிருந்து அதிகமாக வாங்கிக்கொள்கிறீர்கள். உங்கள் கஷ்டத்திற்கேற்ற கூலியைப் பெறுவதே நியாயமாகும். நீதி வாதி என்பவன் ரண்டு கட்சியாரையும் சமாதானப்படுத்துபவனாக இருக்க வேண்டுமேயன்றிக் கொள்ளைக்காரனாக இருக்கக் கூடாது. உண்மையில் குற்றம் செய்தவனுக்காகப் போராடுபவன் மடையன் என்பதே எனது அபிப்பிராயம். 'அவன் குற்றவாளி அல்லன்,' என்று இம்மூடன் வாதிப்பதன் பொருள் யாது? இவன் பொய்யனாக மாறுகின்றான். அந்தோ! கேவலம் ஒரு சில வெள்ளி நாணயங்களுக்காகப் படித்த நீதி வாதி ஒருவன் பொய் வாது பேசுவானாயின், அவனை நீதி வாதி என்றோ, மனிதன் என்றோ கூற இயலுமா?"

5. அடிமைத்தனத்தைப் பற்றிய சொற்பொழிவுகள்

(**கி**.பி. 1842–1856) ஆப்ரகாம் லிங்கன் தமது முப்பத்து மூன்றாம் வயதில் (1842-ஆம் ஆண்டில்) கெண்டகிப் பிரதேசத்துப் பெண்மணியான மேரிடாட் (Mary Todd) என்பவரை மணந்துகொண்டார். அவ்வம்மையார் லிங்கனுடைய குணாதிசயங்கட்கு ஏற்றவர். அவர் லிங்கனுடைய குணாதிசயங்களைக் கண்டு விருப்புற்றே அவரை மணந்துகொண்டார். முதலில் இருவரும் ஸ்பிரிங் பீல்டில் இருந்த சாதாரண மரக் குடிசையில் இருந்தனர். பின்னர் லிங்கன் தமக்கென ஒரு சிறிய வீட்டைச் சொந்தமாகக் கட்டிக்கொண்டார். அப்புதிய வீட்டில் இருவரும் குடிபுகுந்தனர்.

லிங்கன் மாகாணச் சட்ட சபையில் எட்டு வருட காலம் அங்கத்தினராக இருந்து சலிப்புற்றார். 1840-ஆம் ஆண்டில் நடைபெற்ற தேர்தலில் அவர் அபேட்சகராக நிற்க மறுத்துவிட்டார்; ஒரு சாதாரண மாகாணச் சட்ட சபையில் தமக்கினிப் பயனில்லை என்பதை உணர்ந்தார்; வாஷிங்டன் நகரில் உள்ள காங்கிரஸ் மஹா சபைக்குச் செல்ல விருப்பங் கொண்டார். அறிவிலும் ஆற்றலிலும் மிகுந்த லிங்கன் காங்கிரஸ் சபைக்குச் செல்ல விழைந்தது நியாயம் அன்றே?

இரண்டாண்டுகள் கடந்தன. 1844-ஆம் ஆண்டில் காங்கிரஸ் தேர்தல் நடைபெற்றது. விக்ஸ் கட்சியார் சார்பில் லிங்கன் அபேட்சகராக நின்றார்; எனினும், அத்தேர்தலில்

தோல்வியுற்றார். அதனால், அவர் மனந் தளர்ந்திலர்; 'அடுத்த முறை வெற்றி பெறுவேன்!' எனத் தமக்குள் கூறிக்கொண்டார்.

1845-இல் அமெரிக்கக் குடியரசுத் தலைவர் பதவிக்குத் தேர்தல் நடந்தது. விக்ஸ் கட்சியில் தலைவரான ஹென்றி க்ளே அபேட்சகராக நின்றார். டெமொக்ராடிக் கட்சியார் வேறொருவரை நிறுத்தினர். லிங்கன் க்ளேயை ஆதரித்துப் பல அரிய உருக்கமான பிரசங்கங்கள் செய்தார். ஆனால், முடிவில் க்ளே தேர்தலில் தோல்வியுற்றார். எனினும், 'லிங்கன் பிரசங்கம் செய்வதில் நிபுணர்,' என யாவராலும் புகழப்பட்டார்.

1846-இல் லிங்கன் காங்கிரஸ் மஹா சபையில் இடம் பெற்றார். ஒழுங்காக உடையுடுத்திக் காங்கிரஸ் மஹா சபையில் இருந்த அங்கத்தினர்க்கும் லிங்கனுக்கும் சிறந்த வேறுபாடு காணப்பட்டது. லிங்கனுடைய கால்சட்டை அவருடைய கால்களை நன்றாக மறைக்கவில்லை. அவர் மேற்சட்டை அழுக்கடைந்து இருந்தது. வசீகர முகத்தோற்றம் இல்லாமல் ஆறடி நான்கு அங்கு உயரமிருந்த எளிய கிராமவாசியான லிங்கன் காங்கிரஸ் மஹா சபையில் ஒரு முறை நின்று பேசின போது, யாவரும் அவரை இமை கொட்டாமல் கவனித்து வந்தனர்.

லிங்கன் காங்கிரஸுக்குச் சென்ற போது அமெரிக்கா மெக்ஸிகோ அரசாங்கத்துடன் போர் தொடங்கிற்று. 1845-இல் ஐக்கிய மாகாணங்களோடு புதிதாகச் சேர்ந்த டெக்ஸாஸ் என்ற மாகாணத்தின் எல்லைப் புறத்தைப் பற்றி அமெரிக்காவுக்கும் மெக்ஸிகோவுக்கும் விவாதம் ஏற்பட்டு, முடிவில் போர் உண்டாயிற்று. அப்பொழுது அமெரிக்கக் குடியரசின் தலைவர் டெமொக்ராடிக் கட்சியினரான ஜேம்ஸ் கே. போக் (James K. Polk) என்பவர். அவரே போரை ஆதரித்தவர். எனவே, லிங்கன் காங்கிரஸ் சபையில் அவரைப் பலமாகத் தாக்கிப் பேசினார். அவர் சொற்பொழிவுகள் அவர் சிறந்த அரசியல் நிபுணர் என்பதை நிரூபித்துக் காட்டின; விக்ஸ் கட்சியின் பிரபலஸ்தர் என்பதையும் விளக்கின.

மேற்கூறப்பெற்ற போரில் அமெரிக்கா வெற்றி பெற்றது. அமெரிக்கச் சேனைகளை நடத்திச் சென்றவர் ஜெனரல்

ஜாகரி டெய்லர் (General Zachary Tailor) என்பவர். அவர் சிறந்த அரசியல் நிபுணர். 1848–ல் நடந்த குடியரசுத் தலைவர் தேர்தலில் அவரே தலைவராகத் தேர்ந்தெடுக்கப்பட்டார். அவரை ஆதரித்த லிங்கன் தமது மாகாணத்தில் பலவிடங்களில் அரிய பிரசங்கங்கள் செய்தார்; டெய்லரை உண்மைத் தேசீய வீரரென மதித்தார்.

டெய்லர் தலைவரானதும், தமக்கு லிங்கன் தேர்தலில் செய்த உதவியை மறக்கவில்லை. அவர் லிங்கனை ஓரிகன் (Oregon) மாகாணக் கவர்னராக இருக்கும்படி கூறினார். ஓரிகன் மாகாணம் என்பது அமெரிக்காவின் வடக்குக் கோடியில் பஸிபிக்கு மஹா சமுத்திரத்தை அடுத்திருப்பது; மலைப்பிரதேசம். அங்குச் சென்றால். லிங்கன் தமது வாழ்க்கையில் உயர்வடைய முடியாதென்பதை அறிந்தார். அவர் ஆருயிர் மனைவியாரும் அவரை அங்குப் போக வேண்டாவெனத்தடுத்தார். அதனால், லிங்கன் அப்பதவி தமக்கு வேண்டாவெனத் தலைவருக்கு அறிவித்தார்; அறிவித்த பின் வழக்கம் போல நீதி வாதி வேலையைக் கவனிக்கலானார்.

ஐக்கிய மாகாணங்களில் கான்ஸாஸ், நெப்ராஸ்கா என்ற இரு மாகாணங்களில் அடிமைகள் மிக்கிருந்தார்கள். அம்மாகாணங்களை அடிமை மாகாணங்களாக ஐக்கிய அரசியலில் சேர்த்துக்கொள்வதா, சுதந்திர மாகாணங்களாகச் சேர்த்துக்கொள்வதா என்ற கேள்வி எழுந்தது. டக்ளஸ் என்னும் அரசியல் நிபுணர் ஒருவர் 1854–ஆம் ஆண்டில் கிளம்பி, ‘அவ்விரண்டு மாகாணத்து மக்களே இக்கேள்விக்கு விடை கூறட்டும்,’ என்றார். அந்த யோசனையை எல்லா அமெரிக்கரும் ஆதரிக்கத் தொடங்கினர்.

இதனை அறிந்த லிங்கன் பின் வருமாறு யோசித்தார்; “மிசௌரி மாகாணத்துக்கு மேற்கிலும் தெற்கிலும் உள்ள மாகாணங்கள் இனி அடிமை நாடுகளாகச் சேர்க்கப்படமாட்டா என்பது முன்னரே முடிவு செய்யப்பட்டுவிட்டது. மேற்கில் உள்ள கான்சாஸ், நெப்ராஸ்கா மாகாணங்களை இப்பொழுது சுதந்திர மாகாணங்களாக ஐக்கிய அரசாட்சியில் சேர்க்க வேண்டும். அதை விட்டு, அவ்விரு மாகாணங்களின்

ஜனங்களே ஒரு முடிவுக்கு வரட்டும் என்பது நகைப்புக்கு இடமாக இருக்கின்றது. அவை அடிமை நாடுகளாகச் சேர்க்கப்படமாட்டா என்று கூறியுள்ள முடிபைக் கெடுக்கப் பார்க்கின்றனர். இதனை நாம் எதிர்த்தேயும் தீரவேண்டும். எக்காரியத்தையும் முறையோடு செய்தல் வேண்டும்."

அதனால் அவர் டக்ளஸ் யோசனையைத் தரைமட்டமாக்கத் துணிந்தார். அவர் ஸ்ப்ரிங் பீல்டு முதலிய இடங்களில் அதைப்பற்றி வெகு உருக்கமாகப் பேசினார். அப்பொழுது ஒருவர் எழுந்து, "நீர் ஏன் இவ்வளவு கடுமையாகப் பேசுகின்றீர்? எப்பொழுதும் உமது சொற்பொழிவில் ஹாஸ்யம் குடிகொண்டிருக்குமே! இன்றைய பிரசங்கத்தில் ஹாஸ்யம் காணப்படவில்லையே!" என்றார். உடனே லிங்கன், "இந்நிலைமை முற்றிலும் வேறானது. இப்பொழுது இங்கு ஹாஸ்யத்துக்கு இடமில்லை. நீங்கள் என்னை வியந்து கைத்தட்டுதலை நான் இப்பொழுது விரும்பவில்லை; இப்பொழுதைய நிலைமை மிகவும் சிக்கலாக இருக்கின்றது," என்று கூறி, உருக்கமான தமது சொற்பொழிவைக் கீழ் வருமாறு செய்தார்:

"அடிமை என்னும் வார்த்தையையே நான் அடியோடு வெறுக்கின்றேன். நாம் பிரிட்டிஷாருக்கு அடங்கியிருக்க உடன்படாததால் அன்றோ, சுதந்திரத்தின் பொருட்டுப் போராடி வெற்றி பெற்றோம்? நமது நிலைமையை நாம் இதற்குள் மறந்து, பிறரை அடிமைப்படுத்துவதெனின், உலகம் நம்மைக் கண்டு நகைக்காதோ? நமது கொள்கையை பரிசுத்தமான சுதந்திரக் கொள்கையை – மிகவுயர்ந்த ஆன்மார்த்தமான சுதந்திர உணர்ச்சியை மறந்து, 'நமக்கொரு நியாயம்– பிறர்க்கொரு நியாயம்,' என வாதித்தல் நியாயமாகுமா? சுய ஆட்சி என்பதன் பொருள்தான் யாது? மனிதன் தன்னைத்தான் ஆள்வது சுயாட்சி எனப்படும். மனிதன் தன்னை ஆள்வதோடு பிறனையும் அடக்கியாள்வது சுயாட்சி ஆகுமா? நீங்களே கூறுங்கள். 'எல்லா மனிதரும் சமமானவரே,' என்னும் ஒப்புயர்வற்ற கொள்கை உங்களை விட்டு எங்கு ஒளிந்தது? நீக்ரோ நம்மைவிட அறிவில் தாழ்ந்தவனாக இருக்கலாம். எனினும், அவன் நம் போன்ற மனிதன் அல்லனோ? நம் போன்ற மனிதனை நாம்

அடிமையாக வைத்திருத்தல் எத்தெய்வத்துக்குப் பிரீதியாகும்? நம்மைவிட அவன் சக்தி குறைந்தவனாக இருப்பதைக் காரணமாகக் கொண்டு அவனை அடிமை ஆக்குதல் மனச்சாட்சிக்கு ஏற்றதா? 'வெள்ளையர் நெப்ராஸ்காவில் உள்ள அமெரிக்கர் – நீக்ரோவரை ஆளச் சக்தியற்றவர்,' என டக்ளஸ் ஒருமுறை கூறினார். ஆம்! அவர் கூறினது உண்மையே. ஒருவன் மற்றவனை அவன் சம்மதம் இன்றி அடக்கியாள்வதென்பது இயலாத காரியமே. இதுவே அமெரிக்கச் சுதந்திரத்தின் அடிப்படையான தத்துவம்."

"அடிமைத்தனம் என்பது மனிதனது சுயநலத்தை நன்கு வெளிப்படுத்துகிறது; அவனைச் சன்மார்க்கத்துக்கு மாறான ஒரு மார்க்கத்தில் செலுத்துகிறது. மிசௌரி உடன்படிக்கையைக் கெடுத்துவிடுங்கள்; எல்லா உடன்படிக்கைகளையும் சட்டங்களையும் நீக்கிவிடுங்கள்; அமெரிக்கச் சுதந்திரத்தையும் நாசமாக்குங்கள். அந்நிலையிலும் நீங்கள் மனிதனது இயற்கையை மாற்ற முடியாது. அடிமைத்தனம் என்பது வெறுக்கத் தக்கவொரு விஷயம் என்பதை ஒவ்வோர் அமெரிக்கனும் உணர்வான். அந்த உணர்ச்சியை ஒருவராலும் அசைக்க முடியாது."

"மிசௌரி உடன்படிக்கை காப்பாற்றப்படுதல் வேண்டும். நாட்டில் நடந்த உடன்படிக்கைக்கு நாம் தக்க மரியாதை செலுத்த வேண்டும். அதுவே நமது கடமை. தென் கரோலினா முதலிய பிரிய விரும்பின நாடுகளை ஐக்கியத்தில் நிலைத்திருக்கச் செய்த ஹென்றிக்ளேயால் ஏற்படுத்தப்பட்டது இப்பரிசுத்தமான உடன்படிக்கை. இதனை நாம் கௌரவிப்போமாக. ஒரு மாகாணத்துக்குச் சுதந்திரம் அளிப்பதே அமெரிக்கரின் தத்துவமாக இருக்க வேண்டும். அதை விட்டு இங்ஙனம் குழப்பஞ் செய்து கொண்டிருத்தல் – சகோதரர் சகோதரரோடு போராடுதல் – சகோதரர் சகோதரரை அடிமைப்படுத்துதல் முதலியன நேர்மையானவை அல்ல; அமெரிக்கர் பெருமையை இழிவுபடுத்துவனவாகும்.

"இத்தகைய சங்கடமான சந்தர்ப்பங்களில் ஒருவன் தனக்கு நியாயம் எனப் பட்டதைச் சிறிதும் அஞ்சாது எடுத்துக் கூற

வேண்டும். உண்மையே உலகில் என்றும் நிலைத்திருப்பது. நியாயத்தை எவரும் அசைக்க முடியாது. அது, நாம் அழிந்து மறைந்தாலும் தனது ஒப்பற்ற ஜோதியை உலகெலாம் வீசி நிற்கும். இதுவே உண்மை. சிலர் சமயத்துக்கேற்றபடி – பெரும்பாலான மக்கள் கொள்கைப்படி பேசுகின்றனர். அது முற்றிலும் தவறானது. அத்தகைய மக்களால் ஒரு போதும் நாட்டுக்கு நன்மை விளையாதென்பதை மெய்யாகவே உங்கட்குக் கூறுகின்றேன். 'தற்சமயம் அதை ஒரு விதமாக முடிவு செய்துவிட்டாற் போதும்; பின்னர்ப் பார்த்துக் கொள்வோம்,' என்றெண்ணிச் சிலர் ஒரு மோசமான யோசனையைக் கூறிவிடுவர். அதனைப் பொது மக்கள் நம்பிப் பின்னர் ஏமாறுகின்றார்கள். அத்தகைய முடிவு நிரந்தர முடிவாகுமா? நிரந்தரமான முடிவே நாட்டு நன்மைக்கேற்றது; மக்கள் வாழ்க்கைக்கு உகந்தது. மிசௌரி உடன்படிக்கை அத்தகைய நிரந்தர முடிவைச் சேர்ந்தது. அதனை இப்பொழுது கெடுக்க முயல்வது நம்மை நாமே கெடுத்துக் கொள்வதாகும்.

"அமெரிக்கராகிய நாம் பண மமதையால் பல அக்கிரமங்களைச் செய்கிறோம்; ஒரு மனிதனது பிறப்பு உரிமையை மறுக்கிறோம்; நியாயத்தை மறந்து விடுகிறோம்; கடவுள் படைப்பின் பண்பை அவமதிக்கிறோம். அமெரிக்கர் அடிமைகளின் அவசியத்தை நன்கறிந்திருக்கிறார்கள்; அதனால், அவர்கட்குச் சுதந்திரத்தை அளிக்க மறுக்கிறார்கள். அது தவறு. அவர்கட்குச் சுதந்திரத்தை வழங்கி, பின்னர் அவர்களை வேலையில் அமர்த்திக்கொள்ளட்டும். நான் அதனை மனமார வரவேற்கிறேன்."

"நாம் எண்பது ஆண்டுகட்கு முன்னர், 'மனிதன் சுதந்திர புருஷன். சுதந்திரமே அவனது உயிர் நாடி,' எனப் பறையறைந்தோம். ஆனால், இப்பொழுது நாமே, 'மனிதன் மனிதனை அடிமைப்படுத்துவது சுயாட்சியின் தருமம்,' என்று சொல்லுகிறோம். மேலான தத்துவத்திலிருந்து வரவர நாம் இக்கேவலத் தத்துவத்துக்கு வந்திருக்கிறோம். இவ்விரண்டு தத்துவங்களும் மோட்சமும் நரகமும் போன்றவை; இன்பமும் துன்பமும் போன்றவை; மலையும் மடுவும் போன்றவை."

"நமது பரிசுத்த ஜனநாயகக் கொள்கை இவ்வடிமைத் தனத்தால் மாசு படிந்துள்ளது. இனியேனும் அதனை நாம் தூய்மைப்படுத்துவோமாக; நாம் அதைத் திருப்பி வெண்மையாக்குவோமாக; அடிமைத்தனத்தை எக்காரணத்தைக் கொண்டும் நாட்டில் நிலைத்திருக்க விடாமல் மெல்ல மெல்ல ஒழிப்போமாக. நம் முன்னோர் தந்த சுதந்திரக் கொள்கையென்னும் பரிசுத்தமான தத்துவம் நிறைந்த – சுதந்திர மலர் மலர்ந்து மணம் வீசின – அமெரிக்காவை மீண்டும் காண்போமாக. உண்மைச் சுதந்திர வீரர்கள் இப்பணியில் ஒன்று சேர்வார்களாக. இதனை நாம் செய்து முடிப்போமாயின், எந்த மாகாணமும் ஐக்கியத்தினின்றும் பிரியாது. நாம் ஒரு மஹத்தான பெரிய ஐக்கிய ராச்சியத்தை ஸ்தாபித்த பெருமையையும் புகழையும் பெறுவோம். ஐக்கிய மாகாணங்கள் வாழ்க!"

உள்ளத்தை உருக்கத் தக்க இத்தகைய சொற்பொழிவுகளைக் கேட்ட மக்கள் மனம் மாறு பட்டது. மிகத் தெளிவாகவும் அமைதியாகவும் அவர் பேசின ஒவ்வொரு வார்த்தையும் மக்கள் மனத்திற் பதிந்தது. அவர்கள் லிங்கனை ஒரு சிறந்த அரசியல் ஞானி என்றே மதித்தார்கள். சிறந்த அரசியல் அறிவு வாய்ந்த டக்ளஸ் என்பவரும் திகைப்படைந்தார்; லிங்கனை வாதத்தில் வெல்ல இயலாதென்பதை உணர்ந்தார்.

லிங்கன் அரும்பாடு பட்டும், காங்கிரஸ் மஹாசபையில் டெமொக்ராடிக் கட்சியினர் அதிகமாக இருந்தபடியால், டக்ளஸ் கொணர்ந்த தீர்மானம் நிறைவேறிற்று. அதாவது, 'கான்ஸாஸ் – நெப்ராஸ்கா மாகாணங்கள் சுயேச்சை மாகாணங்களாக இருக்க விரும்புகின்றனவா? அடிமை மாகாணங்களாக இருக்க விரும்புகின்றனவா?' என்னும் கேள்வியை அவ்விருமாகாணத்து மக்களே தீர்மானிக்க வேண்டும் என்பது.

6. அடிமைத்தனமும் அமைதியின்மையும் (1856-1860)

டக்ளஸ் சொன்ன யோசனை நாடெங்கும் பரவிற்று. லிங்கன் போன்ற சிலர் அந்த யோசனையைப் பலமாகக் கண்டித்துப் பேசிக்கொண்டிருந்தனர். எனினும், டக்ளஸ் தீர்மானம் சட்டமாக்கப்பட்டது. இதனை அறிந்தவராகிய லிங்கன் முதலியோர் கடுஞ்சினங் கொண்டனர்.

நிலைமை இங்ஙனம் இருக்கையில், பாஸ்டன் நகரிலிருந்த ஓர் அடிமை தன் எஜமான் வீட்டிலிருந்து ஓடிவிட்டான். உடனே அவன் கண்டு பிடிக்கப்பட்டு எஜமானனிடம் சேர்க்கப்பட்டான். அவ்வடிமை எஜமானனுக்குச் சொந்தமானவன்; ஆதலால், சட்டப்படி அவனிடம் திருப்பிச் சேர்க்கப்பட்டான். அவன் பல வெள்ளையரால் பின் தொடரப்பட்டுப் பெரிய ஊர் வலத்தினிடையே எஜமானனிடம் சேர்க்கப்பட்ட காட்சி, பாஸ்டன் நகரவாசிகள் மனத்தை உருக்கினது. அப்போது அவர்கள், "ஒரு மனிதன் இன்னொருவனை அடிமையாக வைத்திருத்தல் நியாயமானதா?" என்ற வினாவைத் தங்கட்குள் கேட்டுக்கொண்டார்கள். அவர்கள் ஏக மனமாக அடிமை வர்த்தகத்தை வெறுத்தார்கள்.

அந்நிலையில் அமெரிக்க அரசாங்கம் கியூபா (Cuba) தீவை விலைக்கு வாங்குவதாக வதந்தி ஒன்று கிளம்பிற்று. அடிமை வர்த்தகத்தை வெறுத்த கட்சியார் உடனே, "ஓ! கியூபாவை விலைக்கு வாங்கி, அங்கு அடிமைகளைக்

குடியேற்றி வேலை வாங்கலாம் என்று அரசாங்கத்தாரும் அடிமை வர்த்தகரும் யோசித்துள்ளனர் போலும்! நம்முடைய பணத்தைக் கொண்டு நாம் வெறுக்கின்ற ஒரு செயலைச் செய்ய இவர்கள் துணிந்திருப்பது வியப்புக்கிடமாயிருக்கிறது. நமது பணத்தைக் கொண்டு அடிமை வர்த்தகர் பைகளை நிரப்ப அரசாங்கத்தார் துணிந்தனரோ?" எனப் பலவாறு கண்ட கண்ட இடங்களிற் பேசலாயினர்.

இத்தகைய நெருக்கடியான நிலைமையில் அமெரிக்காவில் மூன்று கட்சிகள் இருந்தன. அவை டெமொக்ராடிக் கட்சி, விக்ஸ் கட்சி, இரகசியக் கட்சி என்பன. இவற்றுள் முன்னது அரசியல் செல்வாக்குப் பெற்றது; அடிமை வர்த்தகத்தை ஆதரித்த நின்றது. பின்னது ஹென்றி க்ளேயின் கட்சியாகும். அஃது அடிமை வர்த்தகத்துக்கு எதிரானது. மூன்றாம் கட்சியார் தான் எண்ணங்களை வெளியிடாமல் இரகசியத்தில் வேலை செய்து வந்தனர்.

இம்மூன்று கட்சிகளைத் தவிர, 1856–ல் ஜனநாயகக் கட்சி (Republican party) என்ற ஒன்று புதிதாகத் தோன்றினது. அஃது அடிமை வர்த்தகத்தை அடியோடு ஒழிக்கத் தோன்றினதாகும். அதில் பல அரசியல் நிபுணர்கள் சேர்ந்தார்கள். அதன் பயனாக அது முன்னுக்கு வரத்தொடங்கிற்று. ஆப்ரகாம் லிங்கன் அப்புதிய கட்சியில் சேர்ந்தார்; தமது இல்லினாய்ஸ் மாகாணத்தில் ஜன கட்சியைத் தோற்றுவித்தார். அரசியல் ஞானமுடைய பலர் அக்கட்சியில் சேர்ந்தனர்.

1856–இல் லிங்கன் இல்லினாய்ஸ் மாகாணத்தில் உள்ள புளூமிங்டன் (Bloomington) என்னும் இடத்தில் தமது புதிய கட்சியைப் பற்றியும் கொள்கைகளைப் பற்றியும் நாட்டு நிலைமையைப் பற்றியும் வெகு அழகாக நீண்ட ஒரு பிரசங்கம் செய்தார். அவர் அப்பிரசங்கத்தில், "நெப்ராஸ்கா தீர்மானத்தைக் கண்டித்துக் காங்கிரஸ் சபையிற் பேசின ஒருவர் வேறொருவரால் கடுமையாகத் தாக்கப்பட்டார். அவர் தான் கொண்ட அபிப்பிராயத்தைக் கூறினதில் தவறுண்டா? அதற்காக அவரை அடிப்பதென்பது முறையா? உண்மைக் கிறிஸ்தவர் எனக் கூறிக்கொள்ளும் நம்மவர் யோக்கியதையைப் பாருங்கள்! அவர் அடியுண்டதை ஆதரித்துத் தம்மை அறிவுள்ளவர் என்று கூறிக்கொள்ளும்

செனேட்டு அங்கத்தினர் சிலர் கைதட்டிக் களிப்புக் கொண்டனராம். இஃது எவ்வளவு மானக் கேடான விஷயம்!" என்றார்.

அவர் அங்ஙனம் பேசுகையில் எங்கும் அமைதி குடிகொண்டிருந்தது. பத்திரிகை நிருபர்கள் கைகளில் இருந்த எழுது கோல்கள் தாமாகக் கீழே விழுந்தன. அவர்கள் தாங்கள் பத்திரிகைகட்குச் செய்தி கொண்டு போக வந்தவர்கள் என்பதையும் மறந்து, லிங்கனின் உருக்கமான சொற்பொழிவில் ஈடுபட்டார்கள்; மெய்மறந்தார்கள்; இமை கொட்டாது லிங்கனையே நோக்கிக்கொண்டு இருந்தார்கள். ஆனால், அவர்களில் ஒருவரே விரைவில் தமது அறிவைப் பெற்று லிங்கன் பேசி வந்ததை எழுதிவந்தார். அவர் எழுதியதே இப்பொழுது நாம் படிப்பது. அவர் எழுதியிராவிடின், லிங்கனது அரிய பிரசங்கத்தை உலகம் இழந்திருக்கும்.

ஒரு மணி ஆயிற்று. லிங்கன் மேலும் பேசிக்கொண்டே இருந்தார். அவர் முடிவில் தமது முழு உயரத்தையும் காட்டி நின்று, உறுதியான குரலில், "நாம் எப்பாடு பட்டாயினும், மிசௌரி உடன்படிக்கையைக் காப்பாற்றியாக வேண்டும். கான்ஸாஸ் சுதந்திர நாடாக இருந்தே தீரவேண்டும். நாம் நமது ஜனநாயகத் தத்துவத்தை மீண்டும் நடவடிக்கையில் கொண்டு வர வேண்டும். சுதந்திர அறிக்கையை நாம் மீண்டும் உறுதிப்படுத்த வேண்டும். அமெரிக்கா சுதந்திர நாடு என்பதைச் சொல்லளவில் காட்டாமல் செயலளவில் காட்டுதல் வேண்டும். முடிவாக நான் ஒன்று கூறுவேன்: எஃது எப்படி ஆயினும், எந்த ஒரு மாகாணமும், எக்காரணத்தை முன்னிட்டும், ஐக்கிய அரசியலிலிருந்து பிரியக் கூடாது! கூடாது!!"

பிரசங்கம் மக்கள் மனத்தை உருக்கிற்று. அவர்கள் லிங்கன் பிரசங்கத்தில் ஈடுபட்டுத் தங்கள் மகிழ்ச்சியைத் தெரிவிக்கத் தங்கள் கைக்குட்டைகளைத் தூக்கி ஆட்டினார்கள்; "அடிமைத்தனத்தைக் கூடுமாயின், இன்றே ஒழித்தல் வேண்டும். ஐக்கிய அரசியல் என்றும் சிதறாது இருத்தல் வேண்டும். இவ்விரண்டுக்கும் நம்மால் ஆவன செய்வோம்," என முழக்கம் செய்தார்கள்.

லிங்கன் செய்த மஹத்தான சொற்பொழிவுக்குப் பின்னர் 1857-ல் குடியரசுத் தலைவர் ஸ்தானத்துக்குத் தேர்தல் ஆரம்பமாயிற்று. டெமொக்ராடிக் கட்சியினர் தம்மைத் தேர்ந்தெடுப்பர் என டக்ளஸ் நினைத்திருந்தார். பாவம்! அவர் ஆசை வீணாயிற்று. அவர்கள் ஜேம்ஸ் புச்சானன் (James Buchanan) என்பவரை நிற்க வைத்தார்கள். ஜன நாயகக் கட்சியார் ஒருவரை நிற்க வைத்தனர். லிங்கன் ஜன நாயகக் கட்சி அபேட்சகருக்காகப் பல இடங்களில் பிரசங்கங்கள் செய்தார். தென் மாகாணங்கள் அடிமை வர்த்தகத்தை ஆதரித்தவை ஆதலின், அடிமை வர்த்தகத்துக்கு எதிரியான ஜனநாயகக் கட்சி அபேட்சகரை அவை ஆதரிக்கவில்லை. எனவே, புச்சானன் குடியரசுத் தலைவராகத் தேர்ந்தெடுக்கப்பட்டார். இத்தேர்தலால் ஜன நாயகக் கட்சியார் மனந் தளரவில்லை. ஆனால், பாவம்! டெமொக்ராடிக் கட்சியின் பிரபலஸ்தரான டக்ளஸ் ஏமாற்றம் அடைந்தார். ஏன்? கான்ஸாஸ் நெப்ராஸ்கா சம்பந்தமாக அவர் கொண்டுவந்து சட்டமாக்கின யோசனையே அவருக்குத் தோல்வியையும் ஏமாற்றத்தையும் அளித்தது. அந்த யோசனையால் அவருடைய நெருங்கின நண்பர்களும் அவரை வெறுக்கத் தலைப்பட்டார்கள்.

முடிவாக டக்ளஸ் யோசனையால் நாட்டில் பெருங்குழப்பமே ஏற்பட்டது. 'கான்ஸாஸ் நெப்ராஸ்கா மாகாணங்களின் அரசியலை நடத்துபவர் எவர்?' என்ற கேள்வி எழுந்தது. அம்மாகாணங்களில் இருந்த அடிமை வர்த்தகர் ஓட்டுகள் அதிகப்படின், அவை அடிமை நாடுகளாகும். அடிமை வர்த்தகத்துக்கு எதிரானவர் ஓட்டுகள் அதிகப்படின், அவை சுதந்திர நாடுகளாகும்.

நிலைமை இங்ஙனம் இருக்கையில் நெப்ராஸ்காவை அடுத்துள்ள மிசௌரி மாகாண எல்லைப் புற வாசிகள் நூற்றுக் கணக்காக நெப்ராஸ்காவில் குடி புகுந்தார்கள். அவர்கள் நாடோடிகள். எனினும், அவர்கள் அங்குச் சிறிது காலம் தங்கி இருந்தால் ஓட்டுக் கொடுக்க உரிமையுடையவர்கள் ஆவார்கள். ஆனால், அவர்களோ, அடிமை வர்த்தகத்தை முற்றிலும் ஆதரிப்பவர்கள் அவர்கள் தொகையும் ஏற்கெனவே நெப்ராஸ்காவில் இருந்தவர் தொகையும் சேர்ந்தால், அதிக ஓட்டுகள் அடிமை வர்த்தகத்தை ஆதரித்தவையாகவே

இருக்கும். இவ்வபாயத்தை உணர்ந்த வட மாகாணங்களாகிய அடிமை வர்த்தகத்தை வெறுத்த மாகாணங்கள், கான்ஸாஸ் நெப்ராஸ்கா மாகாணங்களைச் சுதந்திர மாகாணங்களாக மாற்ற விரும்பின. அதனால், அம்மாகாணங்களிலிருந்து நூற்றுக் கணக்கான மக்கள் தங்கள் குடும்பங்களோடு நெப்ராஸ்காவில் குடியேறினார்கள். எனினும், தேர்தல் சமயத்தில் மிசௌரி எல்லைப் புற வாசிகள் திடீரெனத் தோன்றித் தாங்கள் நெப்ராஸ்கா வாசிகள் எனக் கூறி, ஓட்டுச் செய்தார்கள். இந்நேர்மையற்ற முறையால் அவ்விரு மாகாணங்களின் அரசியல், அடிமைத்தனத்தை ஆதரிப்போர் கையில் அகப்படும் நிலைமையைப் பெற்றது.

இந்நிலையில் வேறொரு சம்பவம் அமெரிக்கர் கவனத்தை ஈர்த்தது. அஃதாவது, 'டிரெட் ஸ்காட்டு' (Dred Scot) என்ற ஓர் அடிமை தன் எஜமானன்மீது வழக்குத் தொடுத்ததே ஆகும். அவ்வடிமை தான் எஜமானனோடு அடிமை மாகாணத் திலிருந்து சுதந்திர மாகாணம் ஒன்றுக்குச் சென்றார்; அங்கே எஜமானனோடு சிறிது காலம் தங்கி இருந்தான். அப்போது அவன் தன்னோடிருந்த ஓர் அடிமைப் பெண்ணை மணந்துகொண்டான். அவர்கட்குக் குழந்தையும் பிறந்தது. ஒரு நாள் எஜமானன் தன் சொந்த மாகாணத்துக்குப் போகப் புறப்பட்டான். ட்ரெட் ஸ்காட்டு அவனுடன் செல்ல மறுத்துவிட்டான்; தானும் தன் மனைவியும் சுதந்திர நாட்டில் மணம் செய்துகொண்டதாகவும், குழந்தை சுதந்திர நாட்டிற் பிறந்ததாகவும், தான் அடிமை நாட்டிலிருந்து வெளி வந்தவுடனே தன் அடிமைத்தனம் நீங்கிவிட்டதாகவும் கூறினான். எஜமானன் அவன் கூறினதைக் கேட்காமற்போகவே, ட்ரெட் ஸ்காட்டு மிசௌரி மாகாண நீதி மன்றத்தில் வழக்குத் தொடர்ந்தான்.

இச்செய்தி காட்டுத் தீப்போல அமெரிக்கா எங்கும் பரவிற்று. அடிமை வர்த்தகர் திகைத்தனர். அடிமைத் தனத்தை ஆதரித்த கட்சியார் விழித்தனர்; 'என்ன! நீக்ரோ இவ்வளவு அறிவுடையவனா? அவன் நீதி மன்றில் வழக்குத் தொடர்ந்திருக்கிறானா? என்ன விநோதம்! அவன் ஓர் அடிமை! ஓர் அடிமைக்கு இவ்வளவு துணிச்சலா!' எனக் கர்ச்சித்தனர்.

வழக்கினை விசாரித்த நீதி மன்றத்தார் ஒரு முறை அடிமைக்குச் சாதகமாகத் தீர்ப்புக் கூறினர். ஆனால், அதே வழக்கு இரண்டாம் முறை வந்த போது அதே நீதி மன்றத்தார் எஜமானனுக்குச் சாதகமாகத் தீர்ப்புக் கூறினர். இதுவும் ஒரு வேடிக்கை அன்றோ? அடிமை அத்துடன் நில்லாது, வாஷிங்டன் நகரில் உள்ள உயர் நீதி மன்றத்தில் வழக்குத் தொடர்ந்தான். அவ்வழக்கு ஒன்பது நியாயதிபதிகள் முன் விசாரிக்கப்பட்டது. அவர்களுள் பெரும்பாலார் அடிமைக்குப் பாதகமானவர்கள். எனவே, அவனுக்குப் பாதகமாகவே தீர்ப்பு அளிக்கப்பட்டது. அத்தீர்ப்பில், 'எஜமானன் அடிமையுடன் எங்குச் சென்று தங்கினாலும், அடிமை அடிமையே. அவனுக்கு எப்பொழுதும் சுதந்திரம் இல்லை. மேலும், ஓர் அடிமை, நாட்டின் பிரஜை அல்லன். ஆதலின், அவனுக்கு வழக்குத் தொடர உரிமை இல்லை', என்பது கூறப்பட்டிருந்தது.

இத்தீர்ப்பைக் கண்ட சுதந்திர மாகாண மக்கள் திகைப்படைந்தார்கள். அவர்கள், 'என்ன! அடிமை மாகாணங்களிலிருந்து எஜமானர்களோடு வரும் அடிமைகள் சுதந்திர மாகாணங்களிலும் அடிமைகளாக இருக்க வேண்டுமாம்! இஃது உண்மையாயின், அடிமை

வர்த்தகர் தம் அடிமைகளை அழைத்துக்கொண்டு சுதந்திர மாகாணங்களிற் குடியேறி அடிமைகளை வைத்துக்கொண்டிருக்கலாம் போலும்! அந்நிலையில் சுதந்திர மாகாணங்களின் கதி யாது? அவற்றுக்குச் 'சுதந்திர மாகாணங்கள்' என்னும் பெயர் எற்றுக்கு? அவற்றுக்கும் அடிமை மாகாணங்கட்கும் உள்ள வேறுபாடுதான் யாது? சுதந்திர மாகாணங்களில் அடிமைகள் இருக்கலாம் என்றால், சுதந்திர மக்கட்கும் அடிமைகட்கும் வேறுபாடு யாதுளது? சுதந்திரம் என்பது வெறும் பேச்சேயோ? எந்நிமிடத்திலும் அடிமை வர்த்தகர் தம் அடிமைகளோடு சுதந்திர நாடுகளைத் தம்முடையன ஆக்கிக் கொள்ளலாம் போல இருக்கின்றதே இத்தீர்ப்பின் சாரம்! இத்தீர்ப்பு வெகு ஒழுங்காக இருக்கின்றது!' எனக் கூறிக் கர்ச்சித்தார்கள். அவர்களால் ட்ரெட் ஸ்காட்டு வழக்கு அமெரிக்காவில் மிகப் பெரிய விஷயமாக மாறிற்று.

ட்ரெட் ஸ்காட்டு விஷயம் இங்ஙனம் இருப்ப, கான்ஸாஸ் நெப்ராஸ்கா மாகாணங்களின் தேர்தல் அடிமைத்தனத்தை ஆதரித்தோர்க்குச் சாதகமாக முடிந்ததை உணர்ந்து லிங்கன் முதலியோர் திகைப் புற்றனர்; இனி அவ்விரு மாகாணங்களும் அடிமைத் தனத்தையே ஆதரித்து நிற்குமே என்று ஏங்கினர். 'அவ்விரு மாகாணங்களினின்று செனேட்டுச் சபைக்குவரும் அங்கத்தினர் அடிமைத்தனத்தை ஆதரிப்பவராக அல்லவோ இருப்பர்!' என்று லிங்கன் கவலை கொண்டார்.

அந்நிலைமையில் தேர்தலில் வெற்றியடைந்தோர் சட்ட சபையினுள் நுழைந்து, கான்ஸாஸ் நெப்ராஸ்கா மாகாணங்களை ஒரே நாடாக்கி, அதனை அடிமை நாடாக ஐக்கிய அரசியலில் சேர்த்துக்கொள்ள வேண்டும் என்று வாதாடினர். அடிமைத் தனத்துக்கு ஆதரவாக இருந்த குடியரசுத் தலைவர் புச்சானன் என்பவர் அவர்கள் வேண்டுகோட்குச் செவி சாய்த்தார். ஆனால், அவ்வமயம் டக்ளஸ் திடீரென வெளிக் கிளம்பினார்; 'கான்ஸாஸ் நெப்ராஸ்கா மாகாணங்களில் நடந்த தேர்தல் நேர்மையற்றது,' என்பதை விளக்கிக் கூறி, அப்புதிய நாட்டை ஐக்கிய அரசியலில் சேர்க்கு முன் புதிய தேர்தலை நடத்தவேண்டும் என்பதை வற்புறுத்திக் கூறினார். குடியரசுத் தலைவர் யாது செய்வதென்பது அறியாது விழித்தார். டக்ளஸ் செனேட்டுச் சபை அங்கத்தினர்; சிறந்த அரசியல் நிபுணர்; தலைவரது கட்சியைச் சேர்ந்தவர். மேலும், அவர் நாட்டில் மிகுந்த செல்வாக்குடையவர். எனவே, அவர் விருப்பத்துக்கு மாறாக நடக்கத் தலைவர் துணியவில்லை. எனினும், அவர் அடிமைத்தனத்தை ஆதரிப்போர் வெறுப்புக்கும் ஆளாக விரும்பவில்லை. அவர் ஒன்றும் செய்யாமல் சில நாட்கள் தாமதித்தார்.

கான்ஸாஸ் மாகாணத்தை அடிமை நாடாக்க விழைந்தவர்கள் திடீரெனத் தங்கட்கெதிரியாகக் கிளம்பின டக்ளஸைச் சபித்தார்கள்; தங்கள் மோசச் செயல்களை அவர் வெளியிடுகிறார் என்று புழுங்கி னார்கள். ஆனால் அதே சமயத்தில் வட மாகாணத்தார் டக்ளஸை வாழ்த்தினர்; கான்ஸாஸ் சுதந்திர நாடாக இருக்க வேண்டும் என்பதை விழைந்தனர். முடிவில் காங்கிரஸ் சபையில் பின்வருமாறு

முடிவு செய்யப்பட்டது: 'கான்ஸாஸ் மாகாணத்தில் புதிய தேர்தல் நடைபெற்ற பின்னரே அஃது ஐக்கிய அரசியலில் சேர்க்கப்படும்.'

இம்முடிவை அறிந்தவுடன் கான்ஸாஸ் மாகாணத்தில் இருந்த சுதந்திர மக்கள் களிப்படைந்தார்கள். தங்கள் மாகாணம் ஐக்கிய அரசியலில் சேருவதால் பல நன்மைகளைப் பெறக் கூடும் என்பதை அவர்கள் அறிந்திருந்தார்கள். அதனால், அவர்கள் சிறிதும் சலிப்புக் காட்டாது, தங்கள் கட்சியை வலுப்படுத்தினார்கள். 1858–ல் தேர்தல் மிகுந்த கண்காணிப்புடன் நடைபெற்றது. முடிவு என்ன? சுதந்திர மக்கள் பெருவெற்றி அடைந்தார்கள். அடிமைத்தனம் அன்றே இறந்தது. அடிமை வர்த்தகர்கள் மனம் கவன்றார்கள்; தங்கள் நிலைமை இனிப் பரிதபிக்கத் தக்கதென்பதை நன்கு உணர்ந்தார்கள். இம்முடிவை உணர்ந்த சுதந்திர நாடுகள் மகிழ்ந்தன. டக்ளஸ் திடீரெனக் கிளப்பின எதிர்பால் உண்டான பயன் அளவிடற்கரியது. யாவரும் அவரை மனமார வாழ்த்தினர்; பலர் அவருடைய புதிய நண்பர் ஆயினர். கான்ஸாஸ் சுதந்திர நாடாக ஐக்கிய அரசியலில் சேர்க்கப்பட்டது.

இந்நிகழ்ச்சிக்குப் பின்னர் டக்ளஸ் செனேட்டுச் சபையில் வகித்திருந்த அங்கத்தினர் பதவியின் காலம் முடிவடைந்தது. மறு தேர்தல் தோன்றினது. அவர் மறு தேர்தலில் டெமொக்ராடிக் கட்சியின் சார்பில் அபேட்சகராக நின்றார். அவர் கான்ஸாஸ் மாகாண விஷயமாகச் செய்த நன்மையை நினைந்து, ஜன நாயகக் கட்சியினர் தமக்குத் தேர்தலில் ஆதரவு காட்டுவர் என்பதை நம்பினார். அவர் எதிர் பார்த்தபடியே ஜன நாயகக் கட்சியினர் சிலர் அவரை ஆதரித்தனர். எனினும், பலர் அவரை ஆதரிக்க விரும்பவில்லை. ஏனெனில், டக்ளஸ் சமயத்துக்கு ஏற்றவாறு பேசக் கூடியவர்; உறுதியான கொள்கை உடையவர் அல்லர். மேலும், அவர் அடிமைத்தனத்தை ஆதரிப்பவர். தங்கள் கொள்கைக்கு முற்றிலும் மாறான கொள்கையுடைய அவரை ஆதரிக்க அவர்கள் விரும்பவில்லை. அதனால், அவர்கள் தங்கள் கட்சியின் சார்பாக ஆப்ரகாம் லிங்கனை நிறுத்தினார்கள். அவர் உடனே பல இடங்களில் சொற்பொழிவாற்றினார்:

'அமெரிக்க அரசாங்கம் என்றும் பிரிக்கப்படாததாய் இருத்தல் வேண்டும். அதற்கு இப்பொழுதுள்ள நிலைமை முற்றிலும் மாறுபட வேண்டும். பாதி மாகாணங்கள் சுதந்திரமாகவும், பாதி அடிமையாகவும் இருத்தல் தகாது. யாவும் சுதந்திர மாகாணங்களாக ஒளிர்தல் வேண்டும். இன்றேல், என்றைக்கிருப்பினும் ஒரு நாள் நமது அரசியலில் பயங்கரமான நெருக்கடி ஏற்படுவது திண்ணம். இனி வர இருக்கும் அபாயத்தை நினைத்து இப்பொழுதே எச்சரிக்கையாக இருக்க வேண்டுவது நமது கடமை. ஒன்று, எல்லா மாகாணங்களிலும் அடிமைத்தனம் பரவ வேண்டும்; இன்றேல், எல்லா மகாணங்களிலும் அஃது ஒழிய வேண்டும்,' என்று வெகு உருக்கமாக எதிர்காலத்தை மனத்தில் இருத்திப் பேசினார்.

அப்பேச்சைக் கேட்ட அவர் நண்பர் பலர், 'இவர் இப்பொழுது இங்ஙனம் பேசலாமா? தேர்தல் சமயத்தில் இவ்வாறு பேசுவதால், இவர் வெற்றி பெறுவது ஐயமே!' என்று வருந்தினர். ஆம். அவர்கள் கூறினது உண்மையே. எனினும், லிங்கன் உண்மைக்கு உறைவிடமானவர். அவர், கேவலம் தேர்தலை நினைந்து பேசினவர் அல்லர். நாட்டு நன்மையை நினைந்தே – அதன் எதிர்காலத்தைக் கருத்தில் இருத்தியே – அவர் அங்ஙனம் பேசினார். முதலில் அவரைச் சினந்த நண்பர்கள் பின்னர் அவர் சொல்லியபடியே நிலைமை மாறுதல் அடைந்த போது அவரது முன்னெச்சரிக்கையான வார்த்தைகளை நினைந்தார்கள்; லிங்கனை எதிர் கால வர்த்தமானங்களைக் கூறும் ஞானி எனப் புகழ்ந்தார்கள்.

செனேட்டுச் சபையில் அங்கத்தினராக இருக்க வேண்டும் என்னும் அவர் லிங்கனைப் பிடர் பிடித்து உந்தியது. அப்பதவி ஆறு வருட காலம் நிலைத்திருப்பது. அக்காலத்தில் தம் நாட்டுக்குரிய பல நன்மைகளைத் தாம் செய்யக் கூடும் என்பதை அவர் நம்பினார். அதனால், அவர் அத்தேர்தல் சமயத்தில் வெகு அழகாகப் பல இடங்களிற் பேசினார். டக்ளஸ் லிங்கனைக் கண்டு அஞ் சினார். தோற்றத்தில் கேவலமாகக் காணப்படினும், லிங்கன் தம்மைவிடச்சிறந்த அரசியல் அறிவுடையவர்; ஆற்றல் உடையவர்; பேச்சுவன்மை உடையவர் என்பதை அவர்

அறிந்திருந்தார். இரு அபேட்சகருடைய நண்பர்களும் அதுதான் இருவரது அரசியல் வன்மையையும் காணத்தக்க தருணம் என்பதை அறிந்து, ஏழிடங்களில் ஏழு கூட்டங்களைக் கூட்டினார்கள்; 'ஒவ்வொரு கூட்டத்திலும் இருவருள் ஒருவர் முதலில் ஒரு மணி நேரம் பேச வேண்டும்; அடுத்தவர் ஒன்றரை மணி நேரம் பேச வேண்டும்; இறுதியில் முதலில் பேசினவர் தம் எதிரியின் கேள்விகட்கு அரை மணி நேரத்தில் சமாதானம் கூற வேண்டும்.' என்று ஏற்பாடு செய்தார்கள்.

இவ்வேற்பாட்டினை அறிந்து பொது மக்கள் ஆவலோடு வந்து குழுமினார்கள். முதற்கூட்டம் ஆரம்பமாவதற்கு இரண்டுமணிக்கு முன்னரே மக்கள் பெருங்கூட்டமாகக் கூடிவிட்டார்கள். டக்ளஸ் வெகு அழகாகத் தம்மை அலங்கரித்துக்கொண்டு, தம் பணக்கார நண்பர்களோடு கூட்டத்துக்கு வந்தார். லிங்கனோ, ஏழை; நல்ல உடைகள் இல்லாதவர்; பணக்கார நண்பர்களையும் பெற்றிலர். அவர் வழக்கம்போலத் தமது எளிய உடையிலேயே காணப்பட்டார்.

பொது மக்கள் இருவரது வெளித் தோற்றத்தையும் கவனித்தார்கள். ஆனால், பேச்சில் வல்லவரான லிங்கன் பேசினபொழுது அவர்கள் கண்ணிமைக்காமல், திறந்த வாய் திறந்தபடி இருந்தார்கள். அவரது அரிய உருக்கமான சொற்பொழிவில் ஈடுபட்டார்கள்; தங்களை மறந்தார்கள். லிங்கனோ மாரிக்கால மழையைப்போலச் சிறிதும் தயக்கம் இன்றிச் சர்வ சாதாரணமாகப் பேசலானார். வார்த்தைகள் சிறிதும் தடையின்றி வெளியே வந்த வண்ணம் இருந்தன. அவர் கேட்ட கேள்விகட்கு டக்ளஸ் விடையளிக்க இயலாமல் விழித்தார். லிங்கன் தொடர்ந்து பேசுகையில் அடிமைத்தனத்தை ஆதரிப்போரால் எதிர் காலத்தில் விளையவிருக்கும் தீங்கினைக் குறிப்பிட்டார். இங்ஙனம் ஏழு இடங்களில் கூட்டங்கள் நடந்தன. 'டக்ளஸைவிட லிங்கனே சிறந்த அரசியல் ஞானி,' என மக்கள் கூறினார்கள். எனினும் ஏன்? ஆப்ரகாம் லிங்கன் தேர்தலில் தோல்வியுற்றார். ஆயினும், அதைக் குறித்து அவர் சிறிதும் துன்பப்படவில்லை. அடுத்த தேர்தலில் அவர் வெற்றி பெறுவது நிச்சயம் அன்றோ?

டக்ளஸ் வெற்றிக்குப் பின்னர்த் திடுக்கிடக்கூடிய சம்பவம் ஒன்று அமெரிக்காவில் நிகழ்ந்தது. கான்ஸாஸ் மாகாணத்தில் குடி புகுந்த 'ஜான் பிரௌன்' (John Brown) என்னும் வெள்ளையன் அடிமைத்தனத்தை அறவே வெறுத்தான். அவன் வெள்ளையர்க்கு நல்ல பாடங்கற்பிக்க விரும்பினான்; அதற்காகச் சில நீக்ரோவரைச் சேர்த்தான்; நகரத்தில் இருந்த ஆயுதச் சாலையைக் கைப்பற்றி, ஆயுதந் தாங்கி அமெரிக்கரை எதிர்க்கத் துணிந்தான். அவனது யோசனைப்படி பதினெட்டு நீக்ரோவர் அவனைப் பின் தொடர்ந்தனர்; ஆயுதச் சாலையைக் கைப்பற்ற அதனை நெருங்கினர். அப்போது அதனைக் காக்க வந்தவர்கள் அவர்களை எதிர்த்தார்கள். உடனே இச்செய்தி அந்நகரம் முழுவதும் பரவிவிட்டது. ஜான் பிரௌனும் அவருடன் சென்ற நீக்ரோவரும் சிறைப்பட்டனர்.

ஜான் பிரௌன் செய்திருந்த கொடிய யோசனை அமெரிக்கா எங்கும் வெளியாயிற்று. அவன் முடிவில் தூக்கிலிடப்பட்டான். ஏனையோர் கொல்லப்பட்டனர். ஜான் பிரௌன் இறக்குந் தறுவாயில், 'வாயில்லாப் பூச்சிகளான நீக்ரோவரின் பொருட்டு நான் உயிர்விடுகிறேன். அவர்கள் விடுதலை பெறுவார்களாயின், என் ஆன்மா அமைதியுறும்,' என்று கூறி உயிர் விட்டான்.

அவனது செயல் அறிவீனமானது. எனினும், அவனது கொள்கை நீக்ரோவர் சுதந்திரம் அடைய வேண்டும் என்னும் கொள்கை – பரிசுத்தமானது. அக்கொள்கைக்காக அவன் உயிர் விட்டான். அவனை இன்னும் அமெரிக்கர் பாராட்டுகின்றனர்; நீக்ரோவர், 'எங்கள் வீர இரட்சகர்,' எனக் கூறிக் களிக்கின்றனர். அவனது தியாகம் பாராட்டத் தக்கது. நீக்ரோவர் சுதந்திரத்துக்காக ஓர் அமெரிக்கன் உயிர் விடுவதென்பது எத்துணைத் தியாகம் ஆகும்?

ஜான் பிரௌன் செய்த முயற்சி, அவன் தூக்கிலிடப்பட்டது இவை இரண்டும் அமெரிக்கரைக் கண் விழிக்கச் செய்தன. அடிமைத் தனத்தை அறவே வெறுத்தவர் கட்சி வலுப்பெறத் தொடங்கிற்று.

7. ஒப்புயர்வற்ற பதவி (1860-1864)

ஜான் பிரௌன் செய்த கலகத்திலிருந்து அடிமைத் தனத்தைப் பற்றிய விவாதங்கள் அமெரிக்காவில் அதிகமாயின. நாட்டில் இரண்டு பெருங்கட்சிகள் வலுத்தன. ஒன்று அடிமைத்தனத்தை ஆதரித்த டெமொக்ராடிக் கட்சி. மற்றொன்று அடிமைத் தனத்தை ஒழிக்க முயன்ற ஜன நாயகக் கட்சி.

அந்நிலைமையில் குடியரசுத் தலைவர் பதவி காலிஆகுந் தருணமாயிருந்தது. 'அடுத்த குடியரசுத் தலைவர் எவர்? எவரைத் தேர்ந்தெடுத்தால் நாட்டில் அமைதியுண்டாகும்?' என்ற கேள்விகள் கிளம்பின. டெமொக்ராடிக் கட்சியார் அடுத்த தேர்தலுக்கு மும்முரமாக வேலை செய்யத் தொடங்கினர்; ஜன நாயகக் கட்சியார் அவர்களை விட மும்முரமாகவும் பேரூக்கத்துடனும் வேலை செய்யத் தொடங்கினர்.

தலைவர் தேர்தலுக்கு ஓட்டுக் கொடுக்க உரிமை பெற்றவர்களில் பலர் அதுவரையில் நடந்த தேர்தல்களில் தலைவரைப்பற்றிய ஒரு வித எண்ணமும் இன்றி ஓட்டுக் கொடுத்து வந்தனர்; 'எவர் தலைவராயினும், நமக்கென்ன!' என்று எண்ணி வந்தனர். ஆனால், இப்பொழுது அவர்கள் விழித்துக்கொண்டார்கள்; நாட்டுக் கேவல நிலைமையை உணர்ந்தார்கள்; அமைதி இன்மையை அறிந்தார்கள்; நாட்டில் அமைதியைத் தோற்றுவிக்கும் கட்சியாரையே ஆதரிப்பதெனத் துணிந்தார்கள்.

ஜன நாயகக் கட்சியினர் நியூ யார்க்கு நகரில் தொடர்ச்சியான பிரசங்கங்கள் புரிய ஏற்பாடு செய்யச் செய்தனர்; லிங்கனை ஒரு சொற்பொழிவாற்றும்படி அழைத்தனர். அவ்வழைப்பைக் கண்டு லிங்கன் மகிழ்ந்தார். மஹத்தான நியூ யார்க்கில் அவர் அதற்கு முன்னர்ப் பேசினதே இல்லை. நியூ யார்க்கு நகர மாந்தர் பெரும்பாலோர் சிறந்த படிப்பினர்; செல்வந்தர். அவர்கள் முன்னரே லிங்கனைப் பற்றிக் கேள்வியுற்றிருந்தார்கள்; அவர் சொற்பொழிவைக் கேட்க அவாக் கொண்டு குழுமினார்கள்.

1860-ஆம் வருடம் பிப்ரவரி மாதம் 27 ஆந்தேதியன்று குறிப்பிட்ட நேரத்தில் லிங்கன் மேடை மீது தோன்றினார். அவருடைய உயர்ந்த உருவமும், தடிப்பேறிய கைகளும், மாசுற்ற ஆடைகளும் சபையோரைத் தம் வசப்படுத்தவில்லை. சிறந்த அறிஞர் பலர் அங்குக் குழுமியிருந்தனர். லிங்கன் முதலில் ஐக்கிய மாகாணங்களின் அரசியல் அமைப்பைப்பற்றி நீண்டதொரு பிரசங்கம் செய்தார்; அரசியல் அமைப்பைப் பற்றிய சட்டங்களை ஒன்றன் பின் ஒன்றாகப் பிரித்து விளக்கினார். அப்பொழுது அவரது முகம் பிரகாசித்தது. அவரது குரல் உயர்ந்தது. சபையோர் தம்மை மறந்து பிரசங்கத்தில் ஆழ்ந்தனர்; 'இவர் சாதாரண மனிதர் அல்லர்!' என்றனர்; உடனே அவரைப்பற்றி நினைப்பதை மறந்தனர்; தம்மையும் மறந்தனர்; அவரது அழகிய சொற்பொழிவில் ஈடுபட்டு யாவற்றையும் மறந்தனர்.

டாக்டர் மா. இராசமாணிக்கனார்

லிங்கன் தம்மை மறந்தார்; தாம் நியூயார்க்கு நகரில் அறிஞர் குழாத் திடையே நின்று பேசுவதை மறந்தார்; சிறிய மரப் பெட்டி மீது நின்று தமது கிராமத்தில் பிரசங்கம் செய்வதாக எண்ணினார்; அவர் முழுமனமும் அமெரிக்க அரசியலைப் பற்றி நின்றது. அவர் வார்த்தைகள் தட்டுத் தடையின்றி வெளிவந்தன. கோவையாக அவர் பேசின விஷயங்களைக் கேட்டு மெய்ம்மறந்த நிலையில் அவையோர் இருந்தனர். அதிகம் அறைவானேன்?

அடுத்தபடியாக அவர் அடிமைத் தனத்தைப் பற்றிப் பின் வருமாறு பேசலானார்: 'அடிமைத்தனம் நியாயமாயின், எல்லாச் சட்டங்களும், நியாயங்களும், அமைப்புகளும் நியாயமற்றவையாகும். அவை ஒழித்துவிடத்தக்கனவே. அது நியாயமாயின், அதனை எல்லா மாகாணங்களிலும் பரவ விடுவோம்! அது தவறாயின், அதனை அறவே ஒழித்துவிடுவோம்! என்ன சொல்லுகிறீர்கள்?'

அரியதும் தெளிந்ததும் மிக உருக்கமானதுமான நீண்ட பிரசங்கத்தைக் கேட்ட சபையோர் நீண்ட நேரம் கர கோஷம் செய்தனர். அவர்தம் மனங்களை லிங்கன் தம் வயப்டுத்திவிட்டார். அவர் சபை யோரை உற்று நோக்கினார்; ஒவ்வொருவரும் தம்மை மகிழ்ச்சியோடு நோக்கினதைக் கண்டார். அவர் உள்ளம் குளிர்ந்தது. தமது கொள்கை இனி நியூயார்க்கு நகரில் தழைத்து ஓங்கும் என்பதை அவர் நம்பினார். அவர் தமக்குப் பெருமை விரும்பினவர் அல்லர். 'நமது பரிசுத்தமான கொள்கை நாடெங்கும் பரவுதல் வேண்டும். அடிமைத்தனம் ஒழிதல் வேண்டும்,' என்பதே அவரது பேரவா ஆகும்.

கூட்டத்தில் பலர், 'இவர் ஒரு கட்சியினரும் அல்லர்; உண்மைச் சுதந்திர புருஷர்; தமக்கு நியாயமெனத் தோன்றியவற்றைத் தெளிவாக விளக்கிக் கூறிப் பிறரையும் தம் வசப்படுத்தும் பேராற்றல் படைத்தவர்,' எனப் புகழ்ந்தனர். ஒரு பத்திரிகை ஆசிரியர், 'நீர் பைரனைப் போன்றவர். அவர் ஒருநாள் காலையில் எழுந்ததும் கியாதி பெற்றவரானார். நீர் நியூ யார்க்கு நகரில் பெரும்புகழ் படைத்தீர். உம்மைப் பற்றி அறிய மக்கள் அவாவுகின்றார்கள். நீர் திடீரெனப்

பெரிய அரசியல் ஞானியாராக மதிக்கப் படும் நிலையைப் பெற்றுவிட்டார்,' எனத் தமது பத்திரிகை மூலமாக லிங்கனுக்குக் கடிதம் ஒன்றை வரைந்தார்.

லிங்கன் தமது அரிய சொற்பொழிவால் நியூயார்க்கு நகரில் அழியாப் புகழ் பெற்றார். அவரைப் பாராட்டி வியந்த சிலர், 'வரப்போகுந் தலைவர் தேர்தலுக்கு இவரை அபேட்சகராக நிறுத்தலாமே!' என்றனர். எதிர் பாராத அவ்யோசனையைக் கேட்ட அறிஞர் பலர் அதனை ஆட்சேபிக்கத் தயங்கினர். அதுவே தக்க சமயம் என்பதை உணர்ந்த முன்னவர், 'இவரை நிறுத்தித்தான் பார்ப்போமே!' என்றனர். பின்னர் அவ்யோசனையாளர் லிங்கனை நெருங்கித் தமது யோசனையைக் கூறினர். லிங்கன் திடுக்கிட்டார். அவர் கனவிலும் தலைவர் பதவியை விரும்பினதில்லை. அவரது பேரவா செனேட்டுச் சபை அங்கத்தவராதல் வேண்டுமென்பதே. எனினும், நண்பர் பலர் வற்புறுத்தலின் மீது அவர் அபேட்சகராக நிற்க ஒப்புக்கொண்டார்; அதன் மூலமாகவேனும் தமக்குச் செனேட்டில் அங்கத்தினர் பதவிகிடைத்தால் போதுமென்பது அவரது எண்ணம். மேலும், ஜனநாயகக் கட்சியார் செவார்டு (Seward) என்பவரை அபேட்சகராக நிறுத்தியிருந்தனர். அந்நிலைமையில் அதே கட்சியைச் சேர்ந்த தாமும் நிற்பதை அவர் விரும்பவில்லை. அம்முயற்சியில் தமக்கு வெற்றி கிடைக்கும் என அவர் நம்பவும் இல்லை.

எனினும், லிங்கன் பெயர் தலைவர் பதவிக்கென நிற்கும் அபேட்சகர்களின் பெயர்களில் ஒன்றாக வெளிப்படுத்தப்பட்டது. அது முதற்கொண்டு அவர் தேர்தல் பிரசாரம் நடத்தத் தொடங்கினார்; பல முக்கியமான நகரங்களில் வியக்கத் தக்க பிரசங்கங்கள் செய்தார்; சில இடங்களில் நண்பர்கள் அவரைத் தங்கள் தோள்மீது சுமந்து மேடைகட்குச் சென்றார்கள். அவர் பேசின இடங்களில் எல்லாம் மக்கள் பரவசமடைந்தார்கள்; அவரை ஆதரிப்பதென முடிவு கொண்டார்கள்.

ஒரு முறை அவர் பிரசங்கள் செய்வதற்கு முன் அவரது தோற்றத்தையும் கைகளையும் கண்ட மக்கள் அவர் ஒரு

தொழிலாளர் என்பதை அறிந்தார்கள்; அவர் எத்தொழிலையும் செய்யத் திறமை வாய்ந்தவர் என்பதை உணர்ந்தார்கள்; 'எங்களைப் போன்ற தொழிலாளரான லிங்கனே குடியரசுத் தலைவராக இருக்கத் தக்கவர்; அவருக்கே தொழிலாளரின் கஷ்டங்கள் தெரியும்,' என்ற முடிவுக்கு வந்தார்கள். அவர்கள் மனமார லிங்கனை ஆதரிக்கத் துணிந்தார்கள். தொழிலாளர்களாகிய அவர்கள் அடிமைத் தனத்துக்கு எதிரானவர்கள். லிங்கனும் அத்தகையரே அன்றோ? 'நமது கொள்கையைக் கொண்ட ஒருவர் குடியரசுத் தலைவராக இருந்தாற்றான் அடிமைத் தனம் நாட்டினின்றும் ஒழியும். தொழிலாளர் துன்பங்களும் நீங்கும்,' என்பது அவர்கள் நம்பிக்கை.

இவ்வாறு யோசித்து முடிவுக்கு வந்த மக்கள் தங்களை மறந்தவர்களாய்க் கரகோஷம் செய்து, 'மஹா யோக்கியரான லிங்கனே தலைவராக இருக்கத்தக்கவர்,' என முழுக்கம் செய்தார்கள். இக்குதூகல வரவேற்பால் லிங்கன் மனம் மகிழ்ச்சியடைந்தது. அவர் மக்களின் மகிழ்ச்சிக் கோஷம் அடங்கும் வரையிற் பேசாதிருந்தார். அன்று அவர் இல்லிநாய்ஸ் மாகாண மக்கள் மனத்தைப் பெரிதும் கவர்ந்துவிட்டார்.

இல்லிநாய்ஸ் மாகாணத்தார் லிங்கனை நிறுத்தினது போலவே வேறு மாகாணங்களில் ஜன நாயகக் கட்சி யினருள் சிலர் தலைவர் பதவிக்கு நிறுத்தப் பட்டனர். 'இங்ஙனம் நிறுத்தப் பெற்ற அபேட்சகர்களை ஆதரித்துத் தேர்தல் ஒன்று நடைபெறும். அத்தேர்தலில் வெற்றி பெறும் அபேட்சகர் அமெரிக்கா முழுவதிலும் நடை பெறும் தலைவர் தேர்தலுக்குப் போட்டியிட வேண்டும்,' என்று ஜன நாயகக் நாயகக் கட்சியினர் முடிவு செய்தனர்.

அம்முடிவின்படி பல மாகாணங்களிலும் ஜன நாயகக் கட்சியின் சார்பாகத் தலைவர் பதவிக்கு நின்றவர் பத்துப் பேருக்கு மேற்பட்டவர். அவர்களுள் அப்ரகாம் லிங்கனும் ஒருவர். லிங்கனைத் தவிர எனையோருள் நால்வர் செனேட்டுச் சபை அங்கத்தினராக இருந்தவர்; அமெரிக்காவில் பெயரும் புகழும் பெற்றவர். லிங்கனோ, இல்லிநாய்ஸ் மாகாணத்தில்

பிரதித்தி பெற்றவர்; பொதுவாக அமெரிக்காவில் பலரால் அறிந்துகொள்ளப்பட்டவர்.

1860–ஆம் வருடம் மே மாதம் சிகாகோ நகரில் ஜன நாயகக் கட்சி அபேட்சகருக்குள் பொதுத் தேர்தல் நடைபெற இருந்தது. பதினாயிரம் மக்களைக் கொள்ளத் தக்க மிகப் பெரிய கட்டடத்துள் பொதுத் தேர்தலை நடத்த ஏற்பாடு செய்யப்பட்டிருந்தது. லிங்கனை ஆதரித்த இளைஞர்கள் சிகாகோ நகரைச் சுற்றிவந்து 'லிங்கனுக்கு ஜே' என்ற கோஷத் தோடு கட்டடத்தினுள் நுழைந்தார்கள். 'செவார்டு' கோஷ்டியினர் சிகாகோ நகரத் தெருக்களில் எல்லாம் ஊர்வலமாக வந்து, முடிவில் கட்டடத்தினுள் நுழைந்தனர். அவர்கள் தங்கட்கு முன்னரே கட்டடத்தினுள் அமர்ந்து ஆரவாரஞ் செய்துகொண்டிருந்த லிங்கன் கட்சியாரைக் கண்டு ஏமாற்றமடைந்தார்கள். இவ்விரு அபேட்சகரைத் தவிர வேறெவரும் அத்தேர்தலில் கலந்து கொள்ளவில்லை.

தேர்தல் ஆரம்பித்தது. கட்டடம் நிறைய மக்கள் எள்ளிடவும் இடம் இன்றிக் குழுமி இருந்தார்கள். அமெரிக்காவில் தேர்தல் சட்டப்படி ஒருவர் அந்நாட்டு மொத்த ஓட்டுகளில் பாதிக்கு மேலாகப் பெற வேண்டும். அந்நாட்டு மொத்த ஓட்டுகள் அதன் சட்டப்படி *465*. அவற்றுள் ஓர் அபேட்சகர் குறைந்தது *233* ஓட்டுகளேனும் பெற்றுத் தீர வேண்டும்.

முதல் தேர்தல் முடிந்தது. பெட்டியில் இருந்த ஓட்டுகள் கணக்கிடப்பட்டன. லிங்கன் சார்பில் *102* ஓட்டுகள் கிடைத்தன; செவார்டு சார்பில் *173*லு ஓட்டுகள் கிடைத்தன. எஞ்சியவை வேறு பலர் சார்பில் போடப்பட்டவை. நாட்டுச் சட்டப்படி எவருக்கேனும் *233* ஓட்டுகளுக்கு அதிகமாக இருக்க வேண்டும் அல்லவா? ஆனால், இத்தேர்தலில் அங்ஙனம் இல்லை. அதனால் இரண்டாம் முறை ஓட்டளிக்கும்படி ஜன நாயகக் கட்சிப் பிரமுகர் வேண்டப்பட்டனர். அவர்களிற் பலர் செவார்டு, லிங்கன் அல்லாத வேறு அபேட்சகர்களுக்கு ஓட்டுக் கொடுத்தவர். அவர்கள், "இனிச் செவார்டுக்கேனும், லிங்கனுக்கேனும் ஓட்டுச் செய்ய வேண்டுமே தவிர ஏனையோர்க்குச் செய்வதாற்

பயனில்லை,” என்பதை உணர்ந்தார்கள். இரண்டாம் தேர்தல் முடிந்தது. ஓட்டுகள் கணக்கிடப்பட்டன. செவார்டு 184லு ஓட்டுகள் பெற்றார்; லிங்கன் 181 பெற்றார். இம்முறையும் சட்டப்படி எவரும் வெற்றி பெற்றிலர். எனவே, மூன்றாம் தேர்தல் நடைபெற்றது. அதில் லிங்கன் 231லு ஓட்டுகள் பெற்றார்; செவார்டு 232லு பெற்றார். லிங்கனுக்கு மேலும் ஒன்றரை ஓட்டுகள் கிடைத்திருக்குமாயின், அவர் வெற்றி பெற்றவராவர். அந்நேரத்தில் அங்கு அமைதி குடிகொண்டது. அப்பொழுது ஓஹியோ மாகாணப் பிரதிநிதி ஒருவர் எழுந்து, “எங்கள் மாகாண ஓட்டுகள் ‘சேஸ்’ என்பவர்க்குச் சாதகமாக அளிக்கப்பட்டன. அவற்றுள் நான்கினை லிங்கனுக்குச் சாதகமாகச் சேர்த்துக்கொள்வீராக,” எனக் கூவினார். ஆ! உடனே எங்கும் குதூகலம் குடி கொண்டது. அந்த நான்கு ஓட்டுகளால் லிங்கன் மொத்தத்தில் 235லு ஓட்டுகளைப் பெற்றவர் ஆனார். அவரே ஜன நாயகக் கட்சியின் சார்பாகக் குடியரசுத் தலைவர் பதவிக்கு அபேட்சகராக நிறுத்தப்பட்டார்.

இத்தேர்தலால் லிங்கன் பெயர் அமெரிக்கா முழுவதும் பரவிற்று. மூலை முடுக்குகளில் எல்லாம் மக்கள் அவரது பெயரை உச்சரிக்கத் தலைப்பட்டார்கள்: அவர் தேர்தலுக்குப்பின் அமெரிக்கநாட்டின் மிகப்பெரிய அரசியல் நிபுணர்களில் ஒருவராகக் கருதப்பட்டார். எனினும், லிங்கன் நிலைமை வெகு சங்கடமாக இருந்தது. நாட்டில் பல்வேறுபட்ட கட்சிகளால் நிறுத்தப்படும் அபேட்சகர்களோடு போராடியன்றோ தேர்தலில் அவர் வெற்றி பெற வேண்டும்? அஃது அத்துணை எளிய காரியம் அன்று.

தலைவர் பதவிக்கு அபேட்சகராக நால்வர் நின்றனர். ஆப்ரகாம் லிங்கன் ஒருவர்; டெமொக்ராடிக் கட்சியில் டக்ளஸ் பிரிவினர் சார்பாக டக்ளஸ் ஒருவர்; டெமொக்ராடிக் கட்சியில் புச்சானன் பிரிவினர் சார்பாக ஜான் சி. பிரொகன் ரிட்ஜ் என்பவர் ஒருவர்; ஐக்கிய கட்சியின் சார்பாக ஜான் பெல் என்பவர் ஒருவர். இந்நால்வருடைய அரசியல் கொள்கைகள் பின்வருவன ஆகும்:

1. ஆப்ரகாம் லிங்கன்:– அடிமைத்தனம் தவறானது. அதனால், அதனை ஓர் எல்லைக்கு உட்படுத்துவது இன்றியமையாதது.

2. டக்ளஸ்:– அடிமைத்தனத்தைப் பற்றிக் கவலை கொள்வதில்லை.

3. பிரொகன் ரிட்ஜ்:– அடிமைத்தனம் மிகவும் நியாயமானது. அது மேலும் பரவ வேண்டுவது அவசியம்.

4. ஜான் பெல்:– அடிமைத்தனத்தைப் பற்றியே கவலை இல்லை. அரசியல் ஒழுங்காக நடைபெற வேண்டும்.

இங்ஙனம் வேறுபட்ட அரசியல் கொள்கைகளை உடைய இந்நால்வருள் ஒருவர் தலைவராக வேண்டும். இவர்களுள் எவரைத் தேர்ந்தெடுப்பதென்பதே எங்கும் வினாவாக இருந்தது.

1860–ஆம் ஆண்டு நவம்பர் மாதம் தலைவர் தேர்தல் நடைபெற வேண்டும். அதற்குட்பட்ட நாட்களில் அபேட்சகர்கள் பிரசார வேலையில் பெரிதும் ஈடுபட்டார்கள். ஆனால், லிங்கன் தமது சிறிய வீட்டில் அமைதியாக இருந்து வந்தார். அவருடைய பழைய நண்பர்கள் – கிராமவாசிகள் அவரைக் கண்டு வாழ்த்திச் சென்றார்கள். லிங்கன் அவர்களைப் பழைய நட்பு முறைப்படியே முக மலர்ச்சியோடு வரவேற்று அளவளாவினார். அவர்கள் பெரிதும் மனங்களித்தார்கள். அவர்கள் மஹா யோக்கியரான லிங்கன் வெற்றி பெற வேண்டுமென இறைவரைத் துதித்தார்கள்.

இந்நிலையில் வடமாகாணங்களில் லிங்கனை ஆதரித்து இளைஞர் பலர் நூற்றுக்கணக்காகத் தெருக் களில் ஊர்வலமாகச் சென்றனர். அவ்விளைஞர்கள் அனைவரும் ஒரே விதமான ஆடைகளை அணிந்துகொண்டு, கைகளில் ஒரே விதமான வர்ண விளக்குகளை எடுத்துக் கொண்டு, இராக்காலங்களில் நகரங்களில் தெருக்களில் போர் வீரர் சென்றதைப் போல ஒரே ஒழுங்குடன் சென்றார்கள். அவர்கள் மீது அன்பு கொண்டார்கள்; அவர்கள் அன்புடன்

ஆதரித்த லிங்கனுக்கே தங்கள் ஓட்டுகளைக் கொடுப்பதாகத் தீர்மானித்தார்கள்.

1860-ஆம் வருடம் நவம்பர் மாதம் 6-ஆம் தேதி தேர்தல் நடைபெற்றது. மொத்த ஓட்டுகள் 303, அவற்றுள் லிங்கனுக்கு 180ம், டக்ளஸுக்கு 12ம், பிரொகன் ரிட்ஜுக்கு 72ம், ஜான் பெல்லுக்கு 39ம் கிடைத்தன. லிங்கன் மகத்தான வெற்றி பெற்றார். குடிசையிற் பிறந்த லிங்கன் குபேர நாட்டுத் தலைவர் ஆனார்; வாஷிங்டன் நகரில் உள்ள* வெள்ளை மாளிகைக்குத் (White House) தலைவரானார்.

8. லிங்கன் - குடியரசுத் தலைவர்

ஆப்ரகாம் லிங்கன் 1860-ஆம் ஆண்டு நவம்பர் மாதத்திலேயே தேர்ந்தெடுக்கப்பட்டார். ஆயினும், அவர் ஆட்சியை ஏற்றுக் கொள்ள வேண்டியது 1861-ஆம் ஆண்டு மார்ச்சு மாதம் 4-ஆம் தேதியிலாகும். இதற்கிடைப்பட்ட காலத்தில் புச்சானனே தலைவராக இருந்து வந்தார். லிங்கனது தேர்தலுக்குப் பிறகு அமெரிக்காவில் பெரிய மாறுதலும் குழப்பமும் ஏற்பட்டன. 'ஜன நாயகக் கட்சியினர் ஆதிக்கம் லிங்கன் ஆட்சியில் வலுப்பெறும்; டெமொக்ராடிக் கட்சியினர் வலியற்றவர் ஆவர். லிங்கன் தமது கட்சிக் கொள்கைப்படி அடிமைத்தனத்தை ஒழிக்க முற்படுவார். வடமாகாணங்களின் ஆட்சியில் இன்பமுறும் அடிமை ஆதரிக்கின்ற நமது கதி யாதாகுமோ!' என்று தென் மாகாணங்களின் மக்கள் யோசனையில் ஆழ்ந்தார்கள்.

வட மாகாணங்கள் லிங்கன் தேர்தலை மனமார வரவேற்றன. எக்காரணத்தை முன்னிட்டும் ஐக்கிய அரசாட்சி நிலைநிறுத்தப்பட வேண்டும் என்பதே அவற்றின் இறுதியான கொள்கை. ஆனால், தென்மாகாணங்களோ, 'ஒவ்வொரு மாகாணமும் முதலில் தனது சொந்த நலத்தைப் பாதுகாக்க வேண்டும்; பின்பே ஐக்கியத்தைப் பற்றி நினைக்க வேண்டும்; பிடித்தமாயிராவிடின், எந்த மாகாணமும் ஐக்கியத்தினின்றும் பிரியலாம்,' என்பதை அறிவித்தன.

இவ்வறிக்கையைக் கண்ட லிங்கன் யோசனையில் ஆழ்ந்தார்; 'ஒவ்வொரு மாகாணமும் தன் விருப்பம் போல ஐக்கியத்தினின்றும் பிரிவதாயின், ஐக்கிய அரசியலுக்குத்தான்

மதிப்பென்ன இருக்கிறது! ஐக்கிய ஏகாதிபத்திய நாடாக இருப்பதிலிருந்து சிதறுண்டு பல சிறுசிறு ராச்சியங்களாக அன்றோ பிரிந்துவிடும்? அந்நிலையில் அமெரிக்காவுக்குப் பெருமை உண்டாகுமா? அமெரிக்காவின் பெருமை அடியோடு அழிந்துவிடுமே!' என்று வருந்தினார். எனினும், அவர் அந்நிலையில் ஒன்றும் செய்யக் கூடவில்லை. அவர், 'நான் அரசியலை ஏற்றவுடன் தென் மாகாணங்களின் இத்தகைய துணிச்சலை அடக்குவேன். எதனை முன்னிட்டும் எந்த நாடும் ஐக்கிய அரசியலினின்றும் பிரிவது கூடாது,' என முடிவு செய்தார்.

தேர்தல் நடந்த ஆறு வாரங்கள் கழிந்ததும் தென் கரோலினா மாகாணம் ஒரு மஹாநாட்டைக் கூட்டினது; அம்மஹாநாட்டில் 'தென் கரோலினா மாகாணம் சுதந்திர மாகாணமாக இருக்க விரும்புகின்றது. அது இனி ஐக்கிய அமைப்பின்றும் பிரிந்துவிடும்,' என்னும் தீர்மானத்தை நிறைவேற்றினது.

காட்டுத் தீப்போல நாடெங்கும் பரந்த இத்தீர்மானத்தைக் கேட்ட வட மாகாணங்கள் தென்கரோலினாவின் துணிச்சலைக் கண்டு திகைப் படைந்தன. அவையாவும் வாஷிங்டன் நகரை நோக்கின. வாஷிங்டன் நகரில் வெள்ளை மாளிகைத் தலைவராக இருந்த புச்சானன் அந்நெருக்கடியில்

தலைவிட விரும்பவில்லை. அவர், 'நமக்கென்ன! புதிய தலைவர் இவ்விஷயத்தைத் தீர்த்துக் கொள்ளட்டும்.' என்றெண்ணினார். அதனால், அவர், 'இச்சங்கடத்தில் தலையிட எனக்கு அதிகாரமில்லை' எனக் கூறிவிட்டார். இவ்விடை தென் மாகாணங்களை மகிழச் செய்தது. வட மாகாணங்கள் சீற்றங் கொண்டன.

புச்சானன் விடையை அறிந்த லிங்கன், 'ஆம்! அவர்கள் கூறினது உண்மையே. நான் பதவியேற்றதும் இந்நெருக்கடியில் தலையிடுவேன்; ஓர் ஒழுங்குக்குக் கொண்டுவருவேன்,' என்றார்.

திடீரென ஏற்பட்ட நெருக்கடியான நிலையினை உள்ளவாறு உணர்ந்தவர் லிங்கன் ஒருவரே அல்லர். ஜெனரல் வின்பீல்ட் ஸ்காட்டு (General Winfield Scot) என்னும் தளகர்த்தரும் அமெரிக்கா ஐக்கிய அரசியலுக்கு வர இருந்த ஆபத்தினை உணர்ந்தார். அந்நிலையில் தென் கரோலினாவின் செய்கையைப் பின் பற்றி புளோரிடா, அலபாமா, மிசிசிப்பி, ஜார்க்கியா, லூய்ச்சியனா, டெக்சாஸ் என்னும் ஆறு மாகாணங்களும் ஐக்கிய அரசியலினின்றும் பிரிந்துவிட்டன. அவ்வேழு மாகாணங்களும் ஒன்று கூடித்தமக்குள் ஓர் ஐக்கிய அரசியலை ஏற்படுத்திக்கொண்டன; ஐக்கிய அரசியலுக்கு ஜெப்பர்சன் டேவிஸ் (Jefferson Davis) என்பவரைத் தலைவராக்கின. ஆனால், சட்டப்படி அவ்வேழு மாகாணங்களும் இன்னும் ஐக்கிய அரசியலையே சேர்ந்தனவாக இருந்தன. எனினும், அவை தாமாகவே தமக்குள் புதிதாக ஓர் அரசியலை அமைத்துக் கொண்டன; தத்தம் அரசியலைப் புதிய முறையில் கவனித்து வந்தன. அத்தனை குழப்பங்கட்கிடையே தலைவர் புச்சானன் வாளா இருந்தனர். 'நான் இவ்விஷயத்தில் தலையிட உரிமை அற்றவன்,' என்று முன்போலவே அவர் கூறிவிட்டனர். ஆனால், 'ஸ்பிரிங் பீல்டிலிருந்து நீவிர் ஐக்கியத்தினின்றும் பிரியவே கூடாது!' என்ற வார்த்தைகள் இடி முழக்கம் போல நாடெங்கும் ஒலித்தன.

தென் மாகாணங்களின் ஐக்கியத்தைக் கண்ட வட மாகாணங்களுள் சில, 'அவை தம் விருப்பம் போலப் பிரிந்து

போகட்டுமே! நாம் ஏன் தடை செய்ய வேண்டும்! அவை பிரிவதால், அடிமைத் தொல்லையும் நம்மை விட்டு ஒழியும். அவற்றின் முழு விருப்பம்போல அவை பிரிந்து போவதே மேல்', என்றன.

புதிய ஐக்கிய மாகாணங்கள் அமெரிக்க ஐக்கிய அரசாங்கக் கப்பல்களை வழி மறித்து, அவற்றில் இருந்த ஐக்கிய அரசாங்கக் கொடிகளைப் பிய்த்தெறிந்து, தங்கள் கொடியை நாட்டின. சுருங்கக் கூறின், அவை அமெரிக்க ஐக்கிய அரசாங்கத்தோடு எத்தகைய போருக்கும் தயாராக இருந்தன.

1861–ஆம் ஆண்டும் பிறந்தது. பிப்ரவரி மாதம் 11–ஆந் தேதி லிங்கன் ஸ்பிரிங் பீல்டை விட்டு வாஷிங்டனுக்குப் புறப்பட்டார். அவர் வழியில் பல சிறந்த நகரங்களைப் பார்த்துவிட்டு வாஷிங்டனுக்குப் போக இசைந்தார். அந்நகரங்களை பார்ப்பதால் அங்கிருந்த மக்கள் மனத்தைத் தம் வயப்படுத்தலாம் என்பதே அவரது நோக்கம். அவர் ஸ்பிரிங் பீல்டை விட்டுப் புறப்பட்டபோது சுமார் ஆயிரம் மக்கள் அவரை வழியனுப்பி ஆரவாரம் செய்தார்கள். அப்போது அவர் மலர்ந்த முகத்தோடு அவர்களை நோக்கிக் கீழ் வருமாறு பேசி விடை பெற்றார்:

'என் நண்பர்களே, உங்களை விட்டுப் பிரிய நான் மிகவும் வருந்துகின்றேன். இந்த இடத்துக்கும் உங்கட்கும் நான் மிகவும் கடமைப்பட்டவனாயிருக்கிறோன். இங்கு யான் இருபத்தைந்து ஆண்டுகளைக் கழித்தேன். எனக்குப் பல குழந்தைகள் இங்குப் பிறந்தன; ஒன்று இங்குத்தான் இறந்தது. எனக்கு முன்னே இருக்கின்ற மஹத்தான பல வேலைகளை வெற்றிகரமாக முடித்து விட்டு நான் எப்பொழுது திரும்பி வருவேன் என்பதைச் சொல்ல இயலாத நிலையில் இருக்கின்றேன். ஆண்டவர் துணையைத் துணையாகக் கொண்டே நான் வாஷிங்டனுக்குச் செல்லுகிறேன். அவரது உதவி இன்றி யான் எச்சிறிய காரியத்தையும் செய்யவல்லேன் அல்லேன். அரசியலில் என் கொள்கைகள் வெற்றி பெறுமாறு அவர் அருள் புரிவாரென்பதை நம்புகின்றேன். எல்லாம் நன்மையாகவே முடியும் என்பதை

நாம் நம்புவோமாக. ஆண்டவரைக் குறித்து நீங்கள் செய்யும் பிரார்த்தனையில் உங்கள் பழைய நண்பனாகிய என்னைப் பற்றியும் குறிப்பிடுமாறு உங்களை வேண்டுகின்றேன். உங்கள் மனமார்ந்த பேரன்பு எனக்குத் துணை புரியுமாக. நான் விடை பெற்றுக் கொள்கின்றேன்.'

லிங்கன் சென்ற நகரங்களில் எல்லாம் அவருக்குக் குதூகல வரவேற்பு அளிக்கப்பட்டது. அவர் பிலடெல்பியா நகரில் தங்கின போது, பால்டிமூர் வழியாகச் செல்லுகையில் சிலர் தம்மைக் கொல்லச் சதியாலோசனை செய்திருப்பதாகக் கேள்வியுற்றார். உடனே அவர் தமது பிரயாண அட்டவணையை மாற்றிச் சுகமாக வாஷிங்டன நகரை அடைந்தார். மார்ச்சு மாதம் நான்காந் தேதி காங்கிரஸ் மாளிகையில் மஹத்தான விழாக் கொண்டாடப்பட்டது. லிங்கன் தமது தலைவர் பதவியைப் பெருத்த கர கோஷத்தினிடையே ஏற்றார். அப்பொழுது அவர் தமது தொப்பியை மாட்டச் சுவரை நோக்கினார்; வேடிக்கையாக, 'எனது தொப்பியை மாட்ட ஓர் ஆணியேனும் இங்குக் காணப்படவில்லையே!' என்றார். உடனே டக்ளஸ் குதித்து, 'நான் தலைவராக இராவிடினும், அவரது தொப்பியையேனும் தாங்கக்கூடும்.' என்று வேடிக்கையாகக் கூறினார்.

பின்னர் ஆப்ரகாம் லிங்கன் மிகவும் அழுத்தமான குரலில் அவையோரை நோக்கிப் பின் வருமாறு பேசினார்: 'அமெரிக்க ஐக்கிய மாகாணங்களின் பிரதிநிதிகளான என் உரிமைச் சகோதரர்களே, தலைவர் பதவியை ஏற்கின்ற முறையில் நான் இப்பொழுது உங்கள் முன்னிலையில் இருக்கின்றேன். நான் இப்பொழுது அரசியல் விஷயங்களை விரிவாகப் பேச விரும்பவில்லை; ஆனால், ஒன்றை மட்டும் குறிப்பிட விரும்புகின்றேன்: ஜனநாயகக் கட்சியைச் சேர்ந்த ஒருவர் தலைவரானதால், தென் மாகாணங்கள் தங்கள் செல்வச் சுதந்திரத்தையும் பிறவற்றையும் பற்றி அஞ்சுவதாகத் தெரிகிறது. அவை அங்ஙனம் அஞ்சுவதற் குரிய ஒரு காரணத்தையும் யான் காணவில்லை. நான் முன்னொரு முறை எனது பிரசங்கம் ஒன்றில் குறிப்பிட்ட விஷயத்தை இங்குக் குறிப்பிட விரும்புகிறேன். அஃதாவது, இப்பொழுது அடிமைத்தனம் இருந்துவரும் மாகாணங்களின் விஷயங்களில்

நான் பிரவேசிக்க எனக்கு எவ்வித உரிமையும் இல்லை என்பதே. இதனன்றி என்னைத் தேர்ந்தெடுத்த அறிஞர்கள், 'அந்தந்த மாகாணங்களின் உள் நாட்டு விஷயங்களில் தலைவர் தலையிடலாகாது,' என முன்னரே தீர்மானம் ஒன்றைச் செய்துள்ளார்கள். அதனையும் இப்போது உங்கட்கு நினைவூட்டுகிறேன்.

"எனது புதிய அரசியலில் எல்லா மாகாணங்களும் நேர்மையாகவே கவனிக்கப்படும் அவை முன்மாதிரியே சமமாகப் பாவிக்கப்படும் இதைப்பற்றி எந்த மாகாணமும் சிறிதும் அஞ்ச வேண்டுவதில்லை. எந்த ஒரு மாகாணமும் பிரிவதற்கு வகையில்லாதபடி நம் முன்னோர் ஐக்கிய அரசியலை அமைத்துள்ளனர். அவர்தம் பரிசுத்தமான அரசியல் அமைப்பில் நாம் தலையிடுதல் பெருந்தவறு. ஆதலின், எல்லா மாகாணங்களும் ஐக்கிய அரசியலில் சேர்ந்தே இருத்தல் வேண்டும; பிரிவினை கூடாது. சகோதரர்களே, மனத்தில் எத்தகைய எண்ணத்தையும் நான் மறைத்து வைக்கவில்லை. இப்பொழுது நான் தூய மனத்தோடு தலைவர் பதவியை ஏற்றுக் கொண்டேன். இனி நான் உங்கள் பேருதவியைக் கொண்டு என்னால் இயன்றதை நாட்டுக்குச் செய்வேன்."

வி கேன் புக்ஸ் வெளியீடுகள்

வாழ்க்கை வரலாறு

★ ஹிட்லர் : ஒரு நல்ல தலைவர் – குகன் ரூ. 70

★ ஜெ.ஜெ : தமிழகத்தின் இரும்புப் பெண்மணி – குகன் ரூ. 90

★ இனப் படுகொலைகள் – குகன் ரூ. 150

★ ஸ்டீஃபன் ஹாக்கிங் : – தாரகேஷ்வர் ரூ. 70

★ ஹர்ஷத் மேத்தா என்னும் பணச்சாத்தான் – குகன் ரூ. 133

★ கலைஞர் நினைவலைகள் 100 – குகன் ரூ. 80

அரசியல்

★ இருவர் : எம்.ஜி.ஆர் vs கருணாநிதி
உருவான கதை – குகன் ரூ. 160

★ காவிரி ஒப்பந்தம் : புதைந்த உண்மைகள்
– வழக்கறிஞர் சி.பி.சரவணன் ரூ.170

★ ஆன்மீக அரசியல் – வழக்கறிஞர் சி.பி.சரவணன் ரூ. 200

பொது

★ RAW : இந்திய உளவுத்துறை – குகன் ரூ. 160

★ டிஜிட்டல் மாஃபியா – வினோத் ஆறுமுகம் ரூ. 120

★ CBI ஊழலுக்கு எதிரான முதல் அமைப்பு – குகன் ரூ. 130

★ இந்திய அரண்கள் – குகன் ரூ. 110

★ கார்பரேட் சாமியார்கள் – குகன் ரூ. 130

★ கிரிப்டோகரன்ஸி – வினோத் ஆறுமுகம் ரூ. 110

★ டார்க்நெட் – வினோத்குமார் ஆறுமுகம் ரூ. 166

★ உளவு ராணிகள் – குகன் ரூ. 110

★ கலீலியோ கலீலி – குகன் ரூ. 80

★ ரைட் சகோதரர்கள் – குகன் ரூ. 70

- ★ பணக்குட்டி – பிரதீப்செல்லதுரை   ரூ. 180
- ★ எந்திர அறிஞன் – வினோத் ஆறுமுகம்   ரூ. 150

மர்ம நாவல்

- ★ நந்தகுமார் தற்கொலை? – குகன்   ரூ. 100
- ★ மெஜந்தா – பிரதீப் செல்லத்துரை   ரூ. 120
- ★ கடவுள் என்னும் கொலைகாரன் – குகன்   ரூ. 100
- ★ கற்பழித்தவனின் வாக்குமூலம் – குகன்   ரூ. 120
- ★ ஒரு உளவாளியின் கதை – குகன்   ரூ. 110

மொழியாக்கம்

- ★ ஷெர்லாக் ஹோம்ஸின் சாகசக் கதைகள்
  - சர் ஆர்தர் கோனான் டாயில்– *தமிழில்: குகன்*   ரூ. 390
- ★ ஷெர்லாக் ஹோம்ஸின் நினைவுக் குறிப்புகள்
  - சர் ஆர்தர் கோனான் டாயில்– *தமிழில்: குகன்*   ரூ. 400
- ★ EVM: மின்னணு வாக்குப்பதிவு இயந்திரம்: ஓர் உண்மைக் கதை – அலோக் ஷுக்லா தமிழில்: குகன்   ரூ. 350
- ★ இளவரசன் (தி பிரின்ஸ்) நிக்கோலோ மாக்கியவெல்லி தமிழில்: குகன்   ரூ. 170

English

- ★ Spy Queens - Guhan Kannan   Rs. 150
- ★ The Power of Your Subconcious Mind - Dr Joseph Murphy   Rs. 210
- ★ Think and Grow Rich - Napoleon Hill   Rs. 250
- ★ The Adventures of Sherlock Holmes - Sir Arthur Conan Doyle   Rs. 250